AF766313

കസ്തൂർബയുടെ ജീവിതകഥ

Kasturbayude jeevithakadha
Biography

M Sureshbabu

CHINTHA PUBLISHERS
Thiruvananthapuram

First Edition
May 2022

Published
Chintha Publishers, Thiruvananthapuram

Typesetting
Sreebhadra, Thiruvananthapuram

Printed at
Print Express, Kochi

Cover Design
Vinod Mangoes

ISBN : 978-93-93468-83-3

CO - 3105 / 5991

Email: chinthapublishers@gmail.com
Website: www.chinthapublishers.com

A version is available at National Libraries
Kolkata, Mumbai, Chennai and Delhi

Distribution
DESHABHIMANI BOOKHOUSE
H O Thiruvananthapuram 695035

Branch
Head Office Kunnukuzhi • Statue Thiruvananthapuram
KSRTC Bus Terminal Thampanoor • Saphalyam Complex Thiruvananthapuram
KSRTC Bus Station Alappuzha • KSRTC Bus Station Ernakulam
Machingal Lane Thrissur • IG Road Kozhikode
Mavoor Road Kozhikode • NGO Union Building Kannur
Central Bus Terminal Complex Thavakkara Kannur

കസ്തൂർബയുടെ ജീവിതകഥ

എം സുരേഷ്ബാബു

ചിന്ത പബ്ലിഷേഴ്സ്
തിരുവനന്തപുരം-695 035

എം സുരേഷ്ബാബു

1966 ൽ കോഴിക്കോട് ജില്ലയിൽ മുടൂരിൽ ജനിച്ചു. ഫാറൂഖ് കോളേജ്, കോഴിക്കോട് യൂണിവേഴ്സിറ്റി ജേർണലിസം ഡിപ്പാർട്ട്മെന്റ് എന്നിവിടങ്ങളിൽ പഠനം. ഇപ്പോൾ കേരള ഖാദി ഗ്രാമ വ്യവസായ ബോർഡിൽ ഡയറക്ടറായി സേവനമനുഷ്ഠിക്കുന്നു.

ഭാര്യ : ബീന

മക്കൾ : നിരഞ്ജൻ, നന്ദന

വിലാസം : നിരഞ്ജനം,
ടി സി 14/1865–9
കാവുവിള
മെഡിക്കൽ കോളേജ് പി ഒ
തിരുവനന്തപുരം

ഉള്ളടക്കം

പ്രസാധകക്കുറിപ്പ്

കസ്തൂർബയില്ലാത്ത മോഹൻദാസ് കരംചന്ദ്ഗാന്ധി അപൂർണ്ണമാണ്. മഹാത്മാവിന്റെ ജീവിതപങ്കാളിയെന്ന് ജീവിതകഥകളിലും ചരിത്ര പുസ്തകങ്ങളിലും രേഖപ്പെടുത്തപ്പെട്ട കസ്തൂർബയെ ഗാന്ധിയുടെ നിഴലിൽനിന്നും മാറ്റിനിർത്തി ഒരു സ്ത്രീയെന്ന സ്വത്വത്തിൽ പരിശോധിക്കാനുള്ള ശ്രമമാണ് ഈ പുസ്തകം നടത്തുന്നത്. അസാധാരണ ധീരതയും നിശ്ചയദാർഢ്യവുമുള്ള ഒരു വനിതയായിരുന്നു കസ്തൂർബ. സ്വന്തം മകനെ പരസ്യമായി തള്ളിപ്പറയാനും മോഹൻദാസിനെ സമുദായം ഭ്രഷ്ട് കല്പിച്ചപ്പോൾ അതിനെ അതിജീവിക്കാനും കസ്തൂർബ ധീരത കാട്ടി. ഗാന്ധിജിയുടെ *സത്യാന്വേഷണ പരീക്ഷണങ്ങൾ* കസ്തൂർബയുടെ ജീവിതത്തെ എങ്ങനെയാണ് ബാധിച്ചത്? ഇന്ത്യൻ സ്വാതന്ത്ര്യസമരത്തിൽ കസ്തൂർബയുടെ പങ്കെന്ത്? ഇനിയും അന്വേഷിച്ചു കണ്ടെത്തി പൂർത്തിയാക്കേണ്ട ഒന്നായി കസ്തൂർബയുടെ ജീവിതം ബാക്കിനില്ക്കുന്നു. കസ്തൂർബയെ കേന്ദ്രസ്ഥാനത്തു നിർത്തി ഗാന്ധിജിയുടെ ജീവിതത്തെയും സ്വാതന്ത്ര്യസമരത്തെയും പുനഃസന്ദർശിക്കുകയാണീ കൃതിയിൽ.

ചിന്ത പബ്ലിഷേഴ്സ്

ആമുഖം

കസ്തൂർബാഗാന്ധി എന്നും ഗാന്ധിയുടെ നിഴലിലായിരുന്നു. ഗാന്ധിയുടെ കാല്പാടുകളിൽ ചവിട്ടി – പലപ്പോഴും നിർബ്ബന്ധപൂർവ്വം – അവർ ഗാന്ധിയെ പിന്തുടർന്നു. ഗാന്ധി സ്വയം നാടിനു സമർപ്പിച്ചപ്പോൾ കസ്തൂർബയും സ്വയം സമർപ്പണം നടത്തി. കർമ്മയോഗിയായി ലോകം ഗാന്ധിയെ അംഗീകരിച്ചപ്പോൾ കസ്തൂർബയ്ക്കും ആ വിശുദ്ധിയുടെ ഔന്നത്യം ലഭിച്ചു. സാമൂഹികമായി പൂർണ്ണ അടിമത്തം അനുഭവിക്കുന്ന ഭാരതത്തിലെ സ്ത്രീകളെ സംബന്ധിച്ചിടത്തോളം കസ്തൂർബ അനന്തജ്യോതി പ്രസരിപ്പിക്കുന്ന ഒരു പ്രകാശസ്രോതസ്സായി മാറി.

ഗാന്ധിയുടെ നിഴലിൽനിന്നും കസ്തൂർബയെ വേർപെടുത്തിയെടുക്കാൻ കഴിയുമോ? കഴിയില്ല എന്നതാണ് വസ്തുത. ഗാന്ധിയുടെ പൂരകമായിരുന്നു ആ ജീവിതം. അക്കാലത്തെ ഹിന്ദു കുടുംബജീവിതം അങ്ങനെയായിരുന്നു.

ഗാന്ധിയുടെ സ്മരണകളിലൂടെ, കസ്തൂർബയുമായി അടുത്തിടപഴകിയ ഏതാനും ചിലരുടെ കുറിപ്പുകളിലൂടെ വേണം കസ്തൂർബയെ കണ്ടെത്താൻ.

എന്തുകൊണ്ട് കസ്തൂർബയുടെ ജീവിതകഥ എഴുതണം? അതിനു കാരണം ഗാന്ധിയുടെ പർവ്വതസമാനമായ ജീവിതം

തന്നെയാണെന്നു പറയാം. നിരക്ഷരയും പരമ്പരാഗത വിശ്വാസപ്രമാണങ്ങളിൽ അടിയുറച്ചു വിശ്വസിച്ച ഒരു സ്ത്രീയുമായിരുന്നു കസ്തൂർബ. വീട്ടിലെ മറ്റു പുരുഷന്മാരുടെ മുന്നിൽപ്പോലും മുഖംമറയ്ക്കാതെ പ്രത്യക്ഷപ്പെടാൻ കഴിയാത്ത, വീടിനകത്ത് തളച്ചിടപ്പെട്ട സാധാരണ സ്ത്രീകളിൽ ഒരാൾ. അത്തരം ഒരു സ്ത്രീക്ക് ഗാന്ധിയെപ്പോലെ സാഹസികനായ ഒരു സത്യാന്വേഷിയെയും വിപ്ലവകാരിയെയും സഹിക്കാനും ഉൾക്കൊള്ളാനും ഒപ്പം നടക്കാനും എങ്ങനെ കഴിഞ്ഞു എന്നതാണ് അവരുടെ ജീവിതത്തെക്കുറിച്ച് അന്വേഷിക്കാൻ പ്രേരിപ്പിക്കുന്നത്.

62 വർഷം നീണ്ട തങ്ങളുടെ ദാമ്പത്യജീവിതത്തിന്റെ ആദ്യകാലങ്ങൾ കലഹങ്ങൾ നിറഞ്ഞതായിരുന്നുവെന്ന് ഗാന്ധിജി ആത്മകഥയിൽ തുറന്നെഴുതിയിട്ടുണ്ട്. കസ്തൂർബ ഒരു പിടിവാശിക്കാരിയായിരുന്നുവെന്നും താനെത്രതന്നെ നിർബ്ബന്ധിച്ചാലും കസ്തൂർബ കാര്യങ്ങൾ അവരുടെ രീതിയിൽ ചെയ്യുമായിരുന്നുവെന്നും ഗാന്ധി എഴുതിയിട്ടുണ്ട്. കലഹത്തിന്റെ മുഖ്യകാരണം ഗാന്ധിക്ക് കസ്തൂർബയോടുള്ള സ്വാർത്ഥത നിറഞ്ഞ സ്നേഹം തന്നെയായിരുന്നു. എന്നാൽ ഗാന്ധി മുഴുവൻ സമയ പൊതുപ്രവർത്തകനായപ്പോൾ അദ്ദേഹത്തിന്റെ പ്രവർത്തനങ്ങളിൽ അണിചേരാനും പരീക്ഷണങ്ങളിൽ പങ്കുചേരാനും കസ്തൂർബ തയ്യാറായി. ഇതാണ് കസ്തൂർബയുടെ ജനസമ്മതിക്കു കാരണമെന്നു ഗാന്ധി പറയുന്നു.

മുപ്പത്തിയേഴാം വയസ്സിലാണ് ഗാന്ധിയും കസ്തൂർബയും ബ്രഹ്മചര്യം സ്വീകരിക്കുന്നത്. ബ്രഹ്മചര്യം അവർക്കിടയിലെ ആസക്തിയുടെ തീനാമ്പുകൾ കെടുത്തിക്കളഞ്ഞു. അതോടെ അവർ രണ്ടുപേർക്കും അഹംഭാവത്തെ അതിജീവിക്കാനും കൂട്ടുകാരായിത്തീരാനും കഴിഞ്ഞതായി ഗാന്ധി പ്രസ്താവിക്കുന്നു.

ഗാന്ധി യാത്രകളിലൂടെയും വായനയിലൂടെയും മനനത്തിലൂടെയും ആർജ്ജിച്ച അനുഭവങ്ങളിലൂടെ സ്വയം പരീക്ഷണത്തിനു വിധേയനാകുകയും സ്വയം നവീകരിക്കുകയും ചെയ്തപ്പോൾ ഇതിനെല്ലാം സാക്ഷിയായിനിന്നുകൊണ്ടാണ് സമാന

മായ നവീകരണത്തിന് കസ്തൂർബ സ്വയം വിധേയയാകുന്നത്. ഈ അസാധാരണത്വമാണ് കസ്തൂർബയെ ഒരു സ്ത്രീ എന്ന നിലയിൽ മഹത്വവല്ക്കരിക്കുന്നത്.

ഗാന്ധിയുടെ നിഴലിൽനിന്നും ഒരു നിമിഷത്തേക്കെങ്കിലും കസ്തൂർബയെ നാം മാറ്റിനിർത്തുകയാണെങ്കിൽ അസാധാരണ ധീരതയും നിശ്ചയദാർഢ്യവുമുള്ള ഒരു സ്ത്രീയുടെ ചിത്രം നമ്മുടെ മുൻപിൽ തെളിഞ്ഞുവരും. സ്വന്തം മകനെ പരസ്യമായി തള്ളിപ്പറയാനുള്ള കരുത്തുപോലും അവർ ആർജ്ജിച്ചിരുന്നു. ഗാന്ധിയെ സ്വസമുദായം ഭ്രഷ്ട് കല്പിച്ചപ്പോൾ അതിനെ അതിജീവിക്കാൻ കസ്തൂർബയ്ക്കു ചെറുപ്പത്തിലേ കഴിഞ്ഞു. തന്റെ വിശ്വാസപ്രമാണങ്ങളെ നിരാകരിക്കുന്ന തന്റെ ഭർത്താവിന്റെ കല്പനകളെ ഉൾക്കൊള്ളാനും അതിന്റെ നന്മയെ ആവാഹിക്കാനും അവർക്കു കഴിഞ്ഞു.

ഗാന്ധിയുടെ നിഴലിൽ നില്ക്കുമ്പോഴും കസ്തൂർബയുടെ രൂപത്തിന് സ്വന്തമായ ചൈതന്യം ലഭിക്കുന്നത് അവരുടെ സഹനശക്തിയും ധീരതയുംകൊണ്ടാണ്. ഈ ചൈതന്യത്തിൽനിന്നു കൂടിയാണ് ഗാന്ധി തന്റെ ഊർജ്ജം ആവാഹിച്ചിരുന്നത് എന്നു പറയുന്നതിൽ തെറ്റില്ല. ഗാന്ധിജിയെ നിഷേധിച്ച മകൻ ഹരിലാൽ ഒരിക്കൽ അദ്ദേഹത്തോടു പറയുന്നുണ്ട്: "എനിക്കു നിങ്ങളോട് ഒരു കാര്യമേ പറയാനുള്ളൂ. നിങ്ങൾ എന്തെങ്കിലും മഹത്ത്വം നേടിയിട്ടുണ്ടെങ്കിൽ അതെല്ലാം എന്റെ അമ്മ കാരണമാണ്. അതു മറക്കരുത്." മകന് അച്ഛനോടുള്ള ശത്രുതയിൽനിന്നും ഉയർന്ന ഈ വാക്കുകൾ ഏകപക്ഷീയമാവാം. എങ്കിലും അതിൽ യാഥാർത്ഥ്യത്തിന്റെ അംശമുണ്ട്. ഗാന്ധി അത് അംഗീകരിക്കുന്നുമുണ്ട്. ഗാന്ധി എഴുതുന്നു:

> ഞാൻ അക്രമരാഹിത്യത്തിന്റെ പാഠങ്ങൾ പഠിച്ചത് ബായിൽ നിന്നാണ്. ഞാനവളെ എന്റെ ഇച്ഛയ്ക്കനുസരിച്ച് വളയ്ക്കാൻ ശ്രമിച്ചു. എന്റെ ഇച്ഛയ്ക്കെതിരെയുള്ള എതിർപ്പ് ഒരു വശത്തും എന്റെ വിവരമില്ലായ്മകൾ സഹിച്ചുകൊണ്ടുള്ള കീഴടങ്ങൽ മറുവശത്തുമായി അവളിൽ ഉൾച്ചേർന്നിരുന്നു. അതിന്റെ ഫലമായി ആത്യന്തി

കമായി ഞാൻ ലജ്ജിതനാവുകയും ഞാനവളെ ഭരിക്കാൻ നിയുക്തനാണെന്ന പാമരചിന്തയിൽനിന്നും മോചിതനാവുകയും ചെയ്തു. അങ്ങനെ അക്രമരാഹിത്യത്തിൽ അവളെന്റെ അദ്ധ്യാപികയാവുകയും ചെയ്തു.

പൊതുജീവിതമാരംഭിച്ചപ്പോൾ കസ്തൂർബയുമായുള്ള രാഗബദ്ധമായ ബന്ധത്തിൽനിന്നും മോചനം ഗാന്ധിക്ക് അത്യാവശ്യമായി. അങ്ങനെയാണ് ഗാന്ധി ബ്രഹ്മചര്യം എന്ന ആശയത്തിലെത്തുന്നത്. കസ്തൂർബ പൂർണ്ണമനസ്സോടെ അതിനു സമ്മതം മൂളി. അതിനുശേഷം കസ്തൂർബ ഗാന്ധിയിൽ മുഴുകുന്ന കാഴ്ചയാണ് നാം കാണുന്നത്. അതുപക്ഷേ, അസാധാരണമായ ഭക്തിയോടെയായിരുന്നുതാനും. ഗാന്ധിയോടൊപ്പം പീഡനങ്ങൾ ഏറ്റുവാങ്ങാനും ഉയരങ്ങളിലേക്കു കയറിച്ചെല്ലാനും അതുവഴി കസ്തൂർബയ്ക്കു കഴിഞ്ഞു.

കസ്തൂർബയുടെ ജീവിതം പ്രതിപാദിക്കുന്ന അധികം പുസ്തകങ്ങൾ മലയാളത്തിലില്ല. ആ മഹത്ജീവിതത്തെ പുതിയ കാലത്തിനു പരിചയപ്പെടുത്താൻ ഈ പുസ്തകം സഹായിക്കുമെന്നു പ്രതീക്ഷിക്കുന്നു.

എം സുരേഷ്ബാബു

മഹാത്മാവിന്റെ നിഴലിൽ ഒരു സ്ത്രീജന്മം

ഇ വാസു

ചർക്ക നൂൽ നൂല്ക്കാനുള്ളതല്ല, പൂജയ്ക്ക് വെയ്ക്കാനുള്ളതാണ് നമുക്ക്. ത്രിവർണ്ണ പതാകയുടെ നടുവിൽ ചർക്കയ്ക്ക് പകരം ചക്രം പ്രതിഷ്ഠിച്ചപ്പോൾ അത്തരം കൊടിയെ വന്ദിക്കാൻ ഞാനില്ലെന്ന് തുറന്നു പറഞ്ഞ കിഴവനെ നാം മിക്കവാറും മറന്നു കഴിഞ്ഞു.

എന്റെ മുപ്പത്തിരണ്ടുവർഷത്തെ പണി നാണംകെട്ട അന്ത്യത്തിലെത്തി എന്നാണ് ആഗസ്റ്റ് 15 ന്റെ ആഘോഷങ്ങളിൽ പങ്കെടുക്കാതിരുന്ന ഗാന്ധിയുടെ പ്രതികരണം. ഇന്നും നാം ഗാന്ധിക്ക് ആദരാഞ്ജലികൾ അർപ്പിക്കുന്നുണ്ട്. അതോടൊപ്പം അദ്ദേഹത്തെ അപകീർത്തിപ്പെടുത്തുകയും ഉപദേശങ്ങൾ തിരസ്കരിക്കപ്പെടുകയും ചെയ്യുന്നു.

അങ്ങനെയുള്ള കാലത്താണ് ആ മഹാന്റെ നിരക്ഷരയായ സഹധർമ്മിണിയെക്കുറിച്ച് തന്റെ ആദ്യ പുസ്തകവുമായി ഒരു എം സുരേഷ്ബാബു പ്രത്യക്ഷപ്പെടുന്നത്. അദ്ദേഹമെഴുതിയ കസ്തൂർബയുടെ ജീവിതകഥ എന്ന ജീവചരിത്രഗ്രന്ഥം കണ്ടപ്പോൾ ഇക്കാലത്തും ഇതൊക്കെ ചെലവാകുമോ എന്ന ചിന്തയാണ് മനസ്സിൽ ആദ്യം ഉണ്ടായത്. എങ്ങും ഉത്സവങ്ങൾ (ഗാന്ധി ഉത്സവം വരെ) തിമർക്കുന്ന നമ്മുടെ നാട്ടിൽ

ലൈംഗിക തൊഴിലുകാരുടെയും (മീൻകാരുടേതല്ല) മറ്റും ജീവിതമാണല്ലോ ആഘോഷപൂർവ്വം വിറ്റഴിക്കപ്പെടുന്നത്.

കസ്തൂർബയുടെ ജീവിതകഥ എഴുതാനുണ്ടായ കാരണത്തെക്കുറിച്ച് ഗ്രന്ഥകാരൻ വിശദീകരിക്കുന്നത് ഗാന്ധിജിയുടെ പർവ്വത സമാനമായ ജീവിതവും ആ ജീവിതത്തോടൊപ്പം നടക്കാനും ആ വിപ്ലവകാരിയെ സഹിക്കാനും കസ്തൂർബയെ പോലെ ഒരു സാധാരണ ഭാരത സ്ത്രീക്ക് എങ്ങനെ കഴിഞ്ഞു എന്ന അന്വേഷണമാണെന്നാണ്. ആ മഹാവൃക്ഷത്തിന്റെ ചുവട്ടിൽ വളർച്ച മുട്ടിയ മക്കളേയും ഭാര്യയേയും ഓർക്കാൻ ഇന്നാരുണ്ട്. വൃക്ഷം തന്നെ കടപുഴകി ദ്രവിച്ചു പോകുമ്പോൾ?

അച്ഛൻ കിടന്നതിലും കൂടുതൽകാലം ആഫ്രിക്കൻ ജയിലിൽ അച്ഛന്റെ ആജ്ഞകേട്ട് കിടന്ന മൂത്ത പുത്രൻ ഹരിലാൽ കട്നി റെയിൽവേ സ്റ്റേഷനിൽവെച്ച് താൻ കടംകൊണ്ട ഓറഞ്ച് അമ്മയ്ക്ക് മാത്രം നല്കിയപ്പോൾ എനിക്കില്ലേ എന്നു ചോദിച്ച അച്ഛനോട് “എനിക്ക് നിങ്ങളോട് ഒരു കാര്യമേ പറയാനുള്ളൂ. നിങ്ങൾ എന്തെങ്കിലും മഹത്ത്വം നേടിയിട്ടുണ്ടെങ്കിൽ അതെല്ലാം എന്റെ അമ്മ കാരണമാണ് അത് മറക്കരുത്.” എന്ന് വിളിച്ച് പറഞ്ഞ് (പേജ് 97) ആൾക്കൂട്ടത്തിൽ മറഞ്ഞത് ചരിത്രം മറന്ന് കഴിഞ്ഞു. അമ്മയുടെ പേരിൽ ബിർളയുടെ പത്രത്തിൽ എഡിറ്ററായ അനുജൻ ദേവദാസ് തന്നെ ഗുണദോഷിച്ചുകൊണ്ടെഴുതിയ പത്രപ്രസ്താവന പ്രസിദ്ധപ്പെടുത്തിയതിന് കോൺപൂരിലെ ഒരു പ്രസംഗത്തിൽ ഹരിലാൽ ഇപ്രകാരമാണ് പറഞ്ഞത്. “ഞാൻ അബ്ദുള്ളയാണ് ഹരിലാലല്ല. അതുകൊണ്ട് കത്ത് അംഗീകരിക്കാൻ ഞാൻ വിസമ്മതിക്കുന്നു. എന്റെ അമ്മയ്ക്ക് അക്ഷരജ്ഞാനമില്ല. അവർക്ക് ഒരു കത്തെഴുതാൻ കഴിയുമെന്ന് ഞാൻ വിശ്വസിക്കുന്നില്ല.”

കുട്ടികൾക്കുവേണ്ടി സമ്പാദിക്കുന്നത് അവരിൽ വിശ്വാസമില്ലാത്തതിനാലാണ്. രാഷ്ട്രത്തിനുവേണ്ടി ജീവിതം സമർപ്പിച്ച ഒരു ജനനേതാവിന് ഭാര്യയേയും മക്കളേയും മറ്റുള്ളവരിൽനിന്നും അല്പവും ഉയരെക്കാണാനാവില്ല. രണ്ടാമത്തെ മകൻ മണിലാൽ ജയിലിൽനിന്ന് മോചിതനായെങ്കിലും അച്ഛന്റെ

തടവുകാരൻ തന്നെയായിരുന്നു എന്ന് പരാതിപ്പെട്ടപ്പോൾ (മണിലാലിന്റെ കൊച്ചുമകളും ദക്ഷിണാഫ്രിക്കയിലെ കേപ്ടൗൺ സർവ്വകലാശാലയിലെ അസോസിയേറ്റ് പ്രൊഫസറുമായ ഉമാ ധൂപേലിയ എഴുതിയ *ഗാന്ധിയുടെ മകൻ മണിലാൽ - ഗാന്ധിയുടെ തടവുപുള്ളി* എന്ന പുതിയ പുസ്തകത്തിൽ മഹാത്മാരുടെ മക്കളാവുന്നത് മഹാദുരിതമെന്ന് മൂന്നാമത്തെ ഗാന്ധിപുത്രൻ രാംദാസ് സമ്മതിക്കുന്നത് രേഖപ്പെടുത്തിയിട്ടുണ്ട്.) “അല്ല നീയെന്റെ മകനാണ്” എന്നാണ് ഗാന്ധിക്ക് പറയാനുണ്ടായിരുന്നത്. “ഒരു മഹാന്റെ കീഴിലെ ജോലി ദുഷ്കരം തന്നെ.” ആജീവനാന്തം ഗാന്ധിയുടെ സെക്രട്ടറിയായിരുന്ന മഹാദേവ ദേശായിയും സമ്മതിച്ചിട്ടുണ്ട്. ഇരുപത്തിയെട്ട് ചെറിയ അദ്ധ്യായങ്ങളിൽ ഗാന്ധിയുടെ നിഴലിൽ മങ്ങിപ്പോയ പ്രകാശ സ്രോതസ്സിനെ ഗ്രന്ഥകാരൻ കൃത്യമായ ചരിത്രരേഖകളുടെ അടിസ്ഥാനത്തിൽ നാടകീയമായി അവതരിപ്പിക്കുന്നു. എഴുതുന്നതും പറയുന്നതുമായ വാക്കിലല്ല, ചെയ്യുന്നതിലാണ് കാര്യം എന്ന തത്ത്വം മുൻനിർത്തി ഭൂമിയിൽ ഇങ്ങനെയൊരാൾ ജീവിച്ചിരുന്നുവോ എന്ന് മറ്റുള്ളവർക്ക് വിശ്വസിക്കാൻ പ്രയാസമായ ജീവിതം അതിന്റെ എല്ലാ വൈരുദ്ധ്യങ്ങളും സഹിതം മറനീക്കി കാണിക്കുന്നത് ബായിലൂടെയാണ്. അഞ്ചാം ക്ലാസിലെ ഗുജറാത്തി പാഠപുസ്തകം പഠിപ്പിച്ച് (അതും എഴുപത്തി നാലാം വയസ്സിൽ) ഭാര്യയെ സാക്ഷരയാക്കുന്നതും മക്കളെ നാലുപേരെയും ഇംഗ്ലീഷ് മീഡിയത്തിലയയ്ക്കാതെ മാതൃഭാഷയിൽ സ്വന്തമായി പഠിപ്പിക്കുന്നതും സ്വാതന്ത്ര്യ സമരം നയിക്കുന്നതുപോലെ അതിന്റെ ഒപ്പം അനായാസം ചെയ്തു. ജീവിതത്തിൽ സത്യമാർഗ്ഗം എത്രത്തോളം പ്രായോഗികമാക്കാം എന്ന പരീക്ഷണമായിരുന്നു ഗാന്ധിയൻ പൈതൃകം. അതിന്റെ ജയാപജയങ്ങൾ തുറന്ന പുസ്തകമാണ്. ചരിത്ര പുരുഷനോടൊപ്പം നടന്ന് ചരിത്രത്തിന്റെ ഭാഗമായ കസ്തൂർബയോട് നീതി ചെയ്യാൻ പുതിയ കാലത്തിന് പിന്നിലേക്ക് മാറിനിന്ന് ആ മഹത്‌വ്യക്തിയെയും ശരിയായ രീതിയിൽ പരിചയപ്പെടുത്തുകയാണ് ആവശ്യം. നല്ല വാക്കുകളുടെ തലോടൽ ജീവിച്ചിരിക്കുന്നവർക്ക് ആവശ്യമായേക്കാം. മരിച്ച

വർ ശരിയായി വിലയിരുത്തപ്പെടുമ്പോഴേ നമുക്ക് പാഠമാവുകയുള്ളൂ. 62 വർഷം നീണ്ടുനിന്ന ദാമ്പത്യത്തിൽ ഒരു തന്നിഷ്ടക്കാരൻ മഹാനുമായി ജീവിക്കുമ്പോഴുള്ള കാറ്റും കോളും വർണ്ണനാതീതമായിരിക്കും. ഭാര്യ, അമ്മ എന്നീ നിലകളിൽ കാലിടറിപ്പോകാതെ പിടിച്ചുനില്ക്കാൻ ഭാവശുദ്ധിയുള്ള ഒരു ഭാരതസ്ത്രീക്ക് മാത്രമേ കഴിയൂ. നന്മ അത് ലഭിക്കുന്നവന് അറിയാത്തവിധം നിസ്സ്വാർത്ഥമാകുമ്പോഴാണ് നന്മയാകുന്നത്. അമാനുഷിക സിദ്ധികളുമായി വന്ന വെറും മനുഷ്യന്റെ സങ്കീർണ്ണ വ്യക്തിത്വത്തെ ബായിലൂടെ ഗ്രന്ഥകാരൻ വെളിപ്പെടുത്തുന്നു.

ഒസാമു ടെസുകയുടെ 10 വർഷംകൊണ്ട് പൂർത്തിയായ, 8 വാല്യങ്ങളുള്ള ഇതിഹാസകൃതിയിൽ കരപ്പൻ ബാധിച്ച ശൂദ്രസ്ത്രീയുടെ മുറിവിൽനിന്ന് ബുദ്ധൻ ചലം വലിച്ച് കുടിക്കുന്നത് ചിത്രീകരിച്ചിട്ടുണ്ട്. തന്നെ ശരണം പ്രാപിക്കുന്ന കുഷ്ഠരോഗിയെ തന്റെ കൈകൊണ്ട് പരിചരിച്ച ഗാന്ധിയുടെ മനസ്സ് അറിയാതെ പോയ അവസരങ്ങളിലൊന്നായിരുന്നു ആശ്രമത്തിൽ താഴ്ന്ന ജാതിക്കാരി ലക്ഷ്മിയെയും കുടുംബത്തേയും പ്രവേശിപ്പിച്ചപ്പോൾ പ്രതിഷേധിച്ച ബാ പ്രകടമാക്കിയത്. ജാതിവ്യവസ്ഥയുടെ സാമൂഹ്യ രാഷ്ട്രീയ ക്രമം ആശാസ്യമാണെന്ന ചിന്താഗതി ഗാന്ധിയും പുലർത്തിയിരുന്നു. ജാതിബന്ധിതമായ മതത്തോട് ജൈവബന്ധം പുലർത്തുന്ന രാഷ്ട്രീയം അഴിമതിയുടെ കൂത്തരങ്ങാവുന്നതിൽ അത്ഭുതമില്ല. മരണ ഭയമോ അധികാരത്തിൽ ആസക്തിയോ ഇല്ലാത്ത അർദ്ധനഗ്നന്റെ അതേ പ്രായക്കാരിയായ ബാ മുപ്പത്തി ഏഴാം വയസ്സിൽ ബ്രഹ്മചര്യം സ്വീകരിച്ചത് രാഗബദ്ധമായ ഭാര്യാ – ഭർതൃബന്ധം പൊതുജീവിതത്തിന് തടസ്സമാകുമെന്നറിഞ്ഞപ്പോഴാണ്.

താൻ അക്രമരാഹിത്യത്തിന്റെ പാഠം ബായിൽനിന്നാണ് പഠിച്ചതെന്ന് ഗാന്ധി വ്യക്തമാക്കിയിട്ടുണ്ട്. തന്റെ കുറ്റങ്ങൾ ഏറ്റുപറയാനും മകനെപ്പോലും തന്നെ വിമർശിക്കാൻ അനുവദിക്കാനും സന്നദ്ധനായ ഗാന്ധി, കുടുംബത്തിൽ സംഭവിച്ചുകൊണ്ടിരുന്ന ദുരന്തങ്ങളെ സമചിത്തതയോടെ നേരിട്ടത് കസ്തൂർബ എന്ന ഊന്നുവടി കാരണമാണ്. സ്വന്തം കുഞ്ഞി

നോട് അത്യാസന്നനിലയിൽ ഒരു അമ്മയ്ക്ക് തോന്നുന്ന പരിഭ്രമമാണ് കട്ടിലിൽ സത്യഗ്രഹം കിടക്കുന്ന ഭർത്താവിനോട് കസ്തൂർബയ്ക്കുണ്ടായിരുന്നത്. ഹരിജന പ്രാതിനിദ്ധ്യം സംബന്ധിച്ച് യർവാദാ ജയിലിൽ (റിസർവേഷൻ സീറ്റ് സമുദായത്തെ വിഭജിച്ചു എന്ന കാരണം പറഞ്ഞായിരുന്നു സത്യഗ്രഹം) കിടക്കുന്ന ഭർത്താവിനെ ശുശ്രൂഷിക്കാൻ "വീണ്ടും പഴയകഥ" എന്ന് കളിയാക്കിക്കൊണ്ടാണ് കുട്ടികളുടെയും പേരക്കുട്ടികളുടെയും പ്രശ്നങ്ങൾക്കിടയിൽ നിന്നും ബാ ഓടിയെത്തുന്നത്. സെക്സ് ലജ്ജിക്കേണ്ട ഒന്നല്ലെന്ന്, അത് കുഞ്ഞുങ്ങളുടെ സൃഷ്ടിക്ക് മാത്രമല്ലാത്ത പക്ഷം ദൈവത്തോടും മനുഷ്യവർഗ്ഗത്തോടും ചെയ്യുന്ന പാപമാണെന്നും പറഞ്ഞ ഗാന്ധി 67–ാം വയസ്സിൽ (1936 ഡിസംബർ 20 ന്റെ *ഹരിജനിൽ* എഴുതിയത്) ബോംബെയിൽവച്ച് ഉറക്കത്തിൽ ഒരു സ്ത്രീയെ കാണണമെന്ന് അതിയായി ആഗ്രഹിച്ചതിനെപ്പറ്റി തുറന്നെഴുതി. തന്റെ ജീവിതം വെറും പരീക്ഷണമാക്കിയ അദ്ദേഹം ബാ മരിച്ചാൽ താൻ മറ്റാരേയും വിവാഹം ചെയ്യില്ലെന്ന് ഉറപ്പ് നല്കിയിരുന്നു. ജയിലിൽ ഭർത്തൃ പരിചരണത്തിൽ മുഴുകവെയാണ് ഭർത്താവിന്റെ കറയറ്റ കൈകളിൽ കിടന്ന് ജയിലിൽവച്ച്തന്നെ ബാ മരിക്കുന്നത്. ആസന്ന മരണയായ ബായെ ജയിലിൽ കാണാൻ വരുന്നതിന് മറ്റ് മക്കൾക്കില്ലാത്ത നിബന്ധനകൾ തന്റെ മൂത്ത മകന്റെ കാര്യത്തിൽ ഏർപ്പെടുത്തിയതിൽ ബാ അധികാരികളെ തന്റെ പ്രതിഷേധം അറിയിച്ചിരുന്നു. അവസാന കാഴ്ചയിലും മദ്യപിച്ചെത്തിയ ഹരിലാലിനെ (എനിക്കിതിൽനിന്നും മോചനമില്ല എന്നാണ് ഹരിലാൽ അമ്മയോട് പറഞ്ഞിരുന്നത്) കണ്ടപ്പോൾ "എനിക്കിനി നിന്നെ കാണണ്ട" എന്ന് വിലപിച്ച നേരം കട്നി സ്റ്റേഷനിൽ വച്ച് തങ്ങൾക്കൊപ്പം വരാൻ ഹരിലാലിനെ ക്ഷണിച്ചതും അവൻ നിരസിച്ചതും തനിക്ക് തന്ന സ്നേഹസമ്മാനമായ ഓറഞ്ചിന് പകരം എന്തോ കൊടുക്കാൻ തിരയുമ്പോഴേക്കും വണ്ടി മഹാത്മാഗാന്ധിക്കുള്ള ജയ് വിളികളോടെ സ്റ്റേഷൻ വിട്ടതും അവർ ഓർമ്മിച്ചിരിക്കും. ചരിത്രപുരുഷന്റെ നിഴലായി

നിശ്ശബ്ദം ചരിത്രത്തിൽ ഭാഗമായ ബായുടെ 'ജീവിതകഥ'യിൽ വികാര നിർഭരമായ രണ്ടദ്ധ്യായം ഹരിലാലിനെക്കുറിച്ചാണ്.

ആവശ്യത്തിൽ കൂടുതലായി ഒരു വാക്കുപോലും പ്രയോഗിക്കാതെ രചിച്ച കസ്തൂർബയുടെ ജീവിതകഥ അപൂർവ്വമായ ചിത്രങ്ങളും ഔചിത്യ ഭാസുരമായ സംഭവവർണ്ണനകളുംകൊണ്ട് പാരായണസുഖം വർദ്ധിപ്പിക്കുന്ന ജീവചരിത്ര രചനയാണ്.

കസ്തൂർബ 1869 -1944

പോർബന്തറിലെ രണ്ടു കുട്ടികൾ

ഗുജറാത്തിലെ കത്തിയവാർ പ്രവിശ്യയിലെ അനേകം നാട്ടുരാജ്യങ്ങളിൽ ഒന്നായിരുന്നു പോർബന്തർ. അറബിക്കടലിലെ തിരമാലകളുടെ ലാളനയിൽ വളർന്നുവന്ന ഒരു തുറമുഖപട്ടണം കൂടിയായിരുന്നു അത്. വിദേശബന്ധം പോർബന്തറിന് വളരെ മുൻപു മുതലേ ഉണ്ടായിരുന്നു. പോർബന്തറുകാരായ നിരവധി ആളുകൾ ആഫ്രിക്കയിലും മറ്റു പ്രദേശങ്ങളിലും വ്യാപാരാവശ്യത്തിനും മറ്റുമായി കുടിയേറിയിരുന്നു.

പത്തൊൻപതാം നൂറ്റാണ്ടിന്റെ അവസാനപാദത്തിൽ ഏതാണ്ട് എൺപതിനായിരത്തോളംവരുന്ന ജനസംഖ്യയുള്ള രാജ്യമായിരുന്നു പോർബന്തർ. ഹിന്ദുക്കളും മുസ്ലീങ്ങളും പാർസികളും ഇടകലർന്നു ജീവിക്കുന്ന പോർബന്തർ മതസൗഹാർദ്ദത്തിനു പേരുകേട്ട രാജ്യം കൂടിയായിരുന്നു.

ശ്രീകൃഷ്ണന്റെ കളിക്കൂട്ടുകാരന്റെ സ്ഥലമെന്ന നിലയിൽ സുദാമാപുരി എന്നായിരുന്നു പോർബന്തർ ആദ്യകാലത്ത് അറിയപ്പെട്ടത്. പതിനേഴാം നൂറ്റാണ്ടിലാണ് പോർബന്തർ എന്ന പേരു കൈവന്നത്. ഇവിടത്തെ കെട്ടിടങ്ങൾ നിർമ്മിക്കാനുപയോഗിക്കുന്ന വെളുത്ത ചുണ്ണാമ്പുകല്ലുകൾ പോർബന്തറിന് വൈറ്റ്സിറ്റി എന്ന വിശേഷണവും നേടിക്കൊടുത്തിട്ടുണ്ട്. ഈ

കല്ലുകൾകൊണ്ട് കെട്ടിടം നിർമ്മിക്കുമ്പോൾ സിമന്റ് ഉപയോഗിക്കേണ്ടതില്ല. മഴ നനയുമ്പോൾ ഈ കല്ലുകൾ ഉറച്ച് കരുത്തുറ്റതാകുന്നു. പഴയകാലത്ത് പട്ടണത്തിനു വെണ്മ നല്കിയത് ഈ കല്ലുകളാണ്.

ഇടുങ്ങിയ തെരുവുകൾ, കൂട്ടുകുടുംബങ്ങൾ താമസിക്കുന്ന വീടുകൾ, നിരവധി ക്ഷേത്രങ്ങൾ, കടൽക്കാറ്റിൽ പരിലസിക്കുന്ന മരങ്ങൾ, കൊച്ചുകൊച്ചു കപ്പലുകൾ... ഇതൊക്കെയാണ് പത്തൊൻപതാം നൂറ്റാണ്ടിന്റെ മദ്ധ്യദശകത്തിലുള്ള പോർബന്തർ പട്ടണം. ഇവിടെയാണ് പിന്നീട് ഭാരതത്തിന്റെ രാഷ്ട്രപിതാവായി മാറിയ മോഹൻദാസ് കരംചന്ദ് ഗാന്ധിയും അദ്ദേഹത്തിന്റെ പ്രിയപത്നി കസ്തൂർ കപാടിയയും ജനിച്ചത്. 1869 ഒക്ടോബർ 2 ന് മോഹൻദാസും ഏതാനും മാസങ്ങൾക്കുമുൻപ് (ഏപ്രിൽ) കസ്തൂർകപാടിയയും ജനിച്ചു. വ്യാപാരപ്രവൃത്തികളിൽ ഏർപ്പെട്ടിരുന്ന മോദ്ബനിയ ജാതിക്കാരായിരുന്നു അവരുടെ മാതാപിതാക്കൾ.

ഗുജറാത്തിലെ പഴയ ജുനഗഡ് സംസ്ഥാനത്തുനിന്നുള്ളവരാണ് ഗാന്ധി കുടുംബം. മോഹൻദാസിന്റെ മുതുമുത്തച്ഛനായ ഹർജീവൻ ഗാന്ധി 1777 ൽ പോർബന്തറിൽ ഒരു വീടുവാങ്ങി വ്യാപാരപ്രവൃത്തികൾ ആരംഭിച്ചു. ഹർജീവൻഗാന്ധിയുടെ മകൻ ഉത്തംചന്ദ് ഗാന്ധി പോർബന്തർ രാജാവായിരുന്ന റാണാ കിംജിയുടെ വിശ്വസ്തനാവുകയും പോർബന്തറിലെ ദിവാനായി നിയമിക്കപ്പെടുകയും ചെയ്തു. രാജാവിന്റെ അകാലമരണത്തെത്തുടർന്ന് കൊട്ടാരത്തിൽ ഉയർന്നുവന്ന പ്രശ്നങ്ങളുടെ ഭാഗമായി ഉത്തംചന്ദ്ഗാന്ധിക്ക് ദിവാൻസ്ഥാനം നഷ്ടപ്പെടുകയും അയാൾക്ക് ജുനഗഡിലേക്കു നാടുവിടേണ്ടതായിവരുകയും ചെയ്തു.

പോർബന്തറിലെ യുവരാജാവായ റാണാ വിക്രംജിത് അധികാരമേറ്റെടുത്തപ്പോൾ ഉത്തംചന്ദ് ഗാന്ധിയെ തിരിച്ചുവിളിച്ചെങ്കിലും അദ്ദേഹം വീണ്ടും ദിവാനാകാൻ വിസമ്മതിച്ചു. അതിനെത്തുടർന്ന് അദ്ദേഹത്തിന്റെ മകനായ കരംചന്ദ് ഗാന്ധി ദിവാനായി നിയമിക്കപ്പെട്ടു. കരംചന്ദ് ഗാന്ധിക്ക് ഇരുപത്തിയഞ്ചുവയ

സ്സായിരുന്നു അന്നു പ്രായം. തുടർന്ന് ഇരുപത്തിയെട്ടുവർഷത്തോളം കരംചന്ദ് ഗാന്ധി പോർബന്തറിലെ ദിവാനായി സേവനം ചെയ്തു. പിതാവിനെപ്പോലെതന്നെ രാജാവിന്റെ അപ്രീതിക്കു പാത്രമായി കരംചന്ദ് ഗാന്ധിക്കും ദിവാൻപദവി ഒഴിയേണ്ടിവന്നു. ദിവാൻ പദവി സഹോദരൻ തുളസീദാസിനു കൈമാറി കരംചന്ദ് ഗാന്ധി രാജ്കോട്ടിലേക്കു പോയി. അവിടെ അദ്ദേഹം ദിവാനായി നിയമിക്കപ്പെട്ടു. കരംചന്ദ് ഗാന്ധിയും കുടുംബവും രാജ്കോട്ടിലേക്കു താമസംമാറ്റി. അന്ന് മോഹൻദാസിന് ഏഴു വയസ്സായിരുന്നു പ്രായം.

പോർബന്തറിലെ ഒരു സമ്പന്ന കുടുംബത്തിലായിരുന്നു കസ്തൂർ ജനിച്ചത്. കസ്തൂറിന്റെ മുത്തച്ഛൻ മക്കാൻജി കപാടിയ പോർബന്തറിലെ പ്രമുഖ വസ്ത്ര വ്യാപാരിയായിരുന്നു. കപാടിയ കുടുംബത്തിന് ബോംബെയിലും ആഫ്രിക്കൻ രാജ്യങ്ങളിലും വ്യാപാരബന്ധമുണ്ടായിരുന്നു. മക്കാൻജി കപാടിയയുടെ മകൻ ഗോഗൽദാസ് മക്കാൻജിയുടെയും വ്രജകുൺവേർബായുടെയും ഏകമകളായിരുന്നു കസ്തൂർ കപാടിയ. കസ്തൂറിന് മൂത്തതും ഇളയതുമായി രണ്ടു സഹോദരന്മാരുണ്ടായിരുന്നു.

പോർബന്തറിലെ വളരെ പ്രധാനപ്പെട്ട ബനിയാ കുടുംബങ്ങൾ എന്ന നിലയിൽ ഗാന്ധി കുടുംബവും കപാടിയ കുടുംബവും വളരെ അടുത്ത സൗഹൃദത്തിലായിരുന്നു. രണ്ടു വീടുകൾ തമ്മിൽ അധികം അകലവുമുണ്ടായിരുന്നില്ല. അതുകൊണ്ടുതന്നെ മോഹൻദാസും കസ്തൂരിയും തമ്മിലുള്ള വിവാഹബന്ധം സ്വാഭാവികവും രണ്ടു കുടുംബങ്ങൾക്കും അഭിമാനകരവുമായിരുന്നു. ശൈശവ വിവാഹം സാമൂഹിക സ്ഥാപനത്തിന്റെ ഭാഗമായിരുന്ന അക്കാലത്ത് വിവാഹം എന്നത് മുതിർന്നവരുടെ ഉടമ്പടിയായിരുന്നു. അങ്ങനെ ഏഴു വയസ്സുകാരായ മോഹൻദാസിന്റെയും കസ്തൂർ കപ്പാടിയയുടെയും വിവാഹം നിശ്ചയിക്കപ്പെട്ടു. വിവാഹനിശ്ചയത്തിനായി മോഹൻദാസിന്റെ അച്ഛനും പുരുഷന്മാരുടെ ഒരു സംഘവും ഗോഗൽദാസ് മക്കാൻജിയുടെ വീട്ടിൽ വരുകയും വിവാഹനി

ശ്ചയച്ചടങ്ങുകൾ നടത്തുകയും ചെയ്തു.

വിശാലമായ വീട്ടിൽ കളിച്ചുചിരിച്ചുനടന്ന കസ്തൂറിന്റെ ഭാവിജീവിതത്തെ നിർണ്ണയിക്കുന്ന നിർണ്ണായക ദിവസമായിരുന്നു അതെന്ന് ചിന്തിക്കാനുള്ള പ്രായം അവൾക്കായിരുന്നില്ലല്ലോ. പുത്തൻ ഉടയാടകൾ അണിഞ്ഞ് എല്ലാവരുടെയും വാത്സല്യവും സമ്മാനങ്ങളും ഏറ്റുവാങ്ങി അവൾ അങ്ങുമിങ്ങും നടന്നു.

വിവാഹനിശ്ചയം കഴിഞ്ഞ് കരംചന്ദ് ഗാന്ധിയും സംഘവും രാജ്കോട്ടിലേക്കു പോയി. ഗാന്ധി കുടുംബം പിന്നീട് രാജ്കോട്ടിൽ സ്ഥിരതാമസമാക്കുകയായിരുന്നു.

ഇക്കാലത്തെ കപാടിയ കുടുംബത്തിന്റെ സ്ഥിതി എന്തായിരുന്നു എന്നതിനെക്കുറിച്ചു വിവരങ്ങൾ ലഭ്യമല്ല. ഏകമകളുടെ വിവാഹം ആ കുടുംബത്തിന്റെ പ്രതീക്ഷകളിലൊന്നായിരുന്നിരിക്കണം. അക്കാലത്തെ സാമൂഹിക സാഹചര്യവും സ്ത്രീകളുടെ അവസ്ഥയും പരിഗണിക്കുമ്പോൾ വിവാഹത്തിനുവേണ്ട തയ്യാറെടുപ്പുകൾ നടത്തുക എന്നതല്ലാതെ ഒരു പെൺകുട്ടിയുടെ ജീവിതത്തിൽ മറ്റെന്തെങ്കിലും ഉണ്ടെന്നു തോന്നുന്നില്ല. എത്ര സമ്പന്ന കുടുംബമാണെങ്കിലും പൊതുവിദ്യാഭ്യാസം പെൺകുട്ടികൾക്ക് നിഷേധിക്കപ്പെട്ടിരുന്നു. കസ്തൂറിനും യാതൊരു വിദ്യാഭ്യാസവും ലഭിച്ചിരുന്നില്ല. ഭാര്യയും കുടുംബിനിയുമാകാനുള്ള പരിശീലനം വീട്ടിൽനിന്നുതന്നെ ലഭിക്കുമല്ലോ.

വിവാഹനിശ്ചയം നടന്ന് ആറുവർഷം കഴിഞ്ഞ് 1882 ലായിരുന്നു മോഹൻദാസിന്റെയും കസ്തൂർ കപാടിയയുടെയും വിവാഹം നടന്നത്. അന്നവർ പതിമൂന്ന് വയസ്സ് പ്രായമുള്ള കൗമാരക്കാരായിരുന്നു.

വിവാഹം

ആറുവർഷത്തെ കാത്തിരിപ്പിനുശേഷം ആ ദിവസം സമാഗതമാവുകയായി. കസ്തൂറിന്റെ വീട്ടിൽ ഒരുക്കങ്ങളൊക്കെ നേരത്തേ തുടങ്ങിയിരുന്നു. വീട്ടിൽ ബന്ധുജനങ്ങളും സുഹൃത്തുക്കളും മറ്റും വന്നുതുടങ്ങി. നവവധുവിന് ആവശ്യമായ ആചാരപരമായ പരിചരണങ്ങൾ ആരംഭിച്ചു. അതിന്റെയൊക്കെ ഉത്സാഹം കസ്തൂറിനും ഉണ്ടായി. പതിമൂന്നു വയസ്സുകാരിയായ ആ പെൺകുട്ടിയുടെ മനസ്സിൽ കൗതുകങ്ങളുടെ പൂമരങ്ങൾ പൂത്തു.

വിവാഹമെന്നത് അക്കാലത്ത് ഓരോ കുടുംബത്തിന്റെയും ഏറ്റവും പ്രധാനപ്പെട്ട ആഘോഷമായിരുന്നു. ഹിന്ദുക്കളുടെ ഇടയിൽ അക്കാലത്ത് നിലനിന്നിരുന്ന വിവാഹാഘോഷങ്ങൾ കുടുംബങ്ങളെ പാപ്പരാക്കുന്ന ഒരു പരിപാടിയായിരുന്നുവെന്ന് ഗാന്ധിജി ആത്മകഥയിൽ എഴുതിയിട്ടുണ്ട്. സമ്പന്നഗൃഹങ്ങളിൽ നടക്കുന്ന വിവാഹം നാടിന്റെ തന്നെ ആഘോഷമായി മാറാറുണ്ട്. പോർബന്തറിലെ രണ്ടു പ്രധാന കുടുംബങ്ങൾ തമ്മിലുള്ള വിവാഹം ഒരു വൻ ആഘോഷമാകാതിരിക്കാൻ നിർവ്വാഹമില്ല. അതിനുള്ള തയ്യാറെടുപ്പുകൾ മക്കാൻജി കുടുംബം നടത്തിയിട്ടുണ്ട്.

എന്നാൽ മറ്റൊരു രീതിയിലുള്ള ആലോചനയാണ് കരംചന്ദ് ഗാന്ധി നടത്തിയത്. അദ്ദേഹത്തിന് രണ്ടു പുത്രന്മാരുടെ വിവാഹം നടത്തേണ്ടതുണ്ട്. അദ്ദേഹത്തിന്റെ സഹോദരന്റെ പുത്രനും വിവാഹം ചെയ്തിട്ടില്ല. അതുകൊണ്ട് മൂന്നുപേരുടെയും വിവാഹം ഒരുമിച്ചു നടത്താനായിരുന്നു ഗാന്ധി കുടുംബത്തിന്റെ പരിപാടി. ഇതുവഴി വിവാഹവുമായി ബന്ധപ്പെട്ട ചെലവുകൾ കുറയ്ക്കുകയും ചെയ്യാമെന്ന് കരംചന്ദ് ഗാന്ധി കരുതിയിരിക്കണം.

വധൂഗൃഹത്തിൽവച്ചാണ് സാധാരണ വിവാഹങ്ങൾ നടത്തപ്പെടുക. മൂന്നു വിവാഹങ്ങൾ ഒരുമിച്ചു നടത്തേണ്ടതിനാൽ ഒരു ഹാൾ വാടകയ്ക്കെടുക്കുകയാണുണ്ടായത്.

വിവാഹ ദിവസവും സ്ഥലവും നിശ്ചയിക്കപ്പെട്ടതോടെ ഇരു കുടുംബങ്ങളും ഒരുക്കങ്ങൾ തുടങ്ങി. വിവാഹക്ഷണം എഴുതിയ പത്രവും പൂജാദ്രവ്യങ്ങളുമായി കസ്തൂറിന്റെ മാതാപിതാക്കൾ ക്ഷേത്രദർശനം നടത്തി ഭഗവാനെ ആദ്യം വിവാഹത്തിനു ക്ഷണിച്ചു. ഭഗവാനെ ക്ഷണിച്ചതിനു ശേഷമേ മറ്റ് അതിഥികളെ ക്ഷണിക്കാവൂ.

കസ്തൂറിനെ സംബന്ധിച്ചിടത്തോളം വിവാഹമെന്നത് ഒരു യാത്രയ്ക്കുള്ള തയ്യാറെടുപ്പായിരുന്നു. വീടും കുടുംബവും വിട്ട് അപരിചിതമായ ഒരു ലോകത്തേക്ക് അപരിചിതനായ ഒരാളുടെ കൂടെയുള്ള യാത്ര. അയാൾ എങ്ങനെയിരിക്കുമെന്ന് അവൾ ഊഹിച്ചുനോക്കി. വീട്ടിലെത്തിയ വിവാഹിതരായ കൂട്ടുകാരികളും ബന്ധുക്കളും അവളുടെ മനസ്സിൽ പല ചിത്രങ്ങൾ കോറിയിട്ടിരുന്നു.

അവൾക്കുവേണ്ടി തയ്യാറാക്കിയ പെട്ടി നിറയെ പുതിയ വസ്ത്രങ്ങൾ ഒരുക്കിവച്ചു. ആഭരണപ്പെട്ടിയിൽ കമനീയമായ സ്വർണ്ണാഭരണങ്ങൾ നിറഞ്ഞു. പാട്ടും നൃത്തവും മറ്റ് ആഘോഷങ്ങളുംകൊണ്ട് വീട് ബഹളമയമായി.

വിവാഹത്തലേന്ന് വധുവിന്റെ ശരീരത്തിൽ പരമ്പരാഗത രീതിയിൽ മഞ്ഞളും ചന്ദനവും സുഗന്ധലേപനങ്ങളും തേച്ചുപിടിപ്പിച്ചു. വിവാഹദിവസം വധുവിനെ ബന്ധുക്കൾ ചേർന്ന്

ആചാരപരമായി കുളിപ്പിച്ച് കാലുകളിലും കൈകളിലും മൈലാഞ്ചികൊണ്ട് മനോഹരങ്ങളായ ചിത്രങ്ങൾ വരച്ചു. അതിനുശേഷം അവളെ വിവാഹസാരി അണിയിച്ചു. അമ്മ കസ്തൂരിയുടെ നെറുകയിൽ സിന്ദൂരം തൊടുവിച്ചു. തുടർന്ന് തലയിൽ സിൽക്കിന്റെ ചുവന്ന ദുപ്പട്ട അണിയിച്ചു. ദുപ്പട്ടകൊണ്ട് അവളുടെ മുഖം മറച്ചു. പിന്നീട് അവർ ബന്ധുജനങ്ങൾക്കൊപ്പം വിവാഹസ്ഥലത്തേക്കുപോയി.

വിവാഹമണ്ഡപത്തിൽ മൂന്നുവിവാഹങ്ങൾ നടത്തുന്നതിനുള്ള ഒരുക്കങ്ങൾ ചെയ്തിരുന്നു. വിവാഹം കഴിക്കാനുള്ള വരന്മാരുടെ സംഘം വൻ വാദ്യഘോഷങ്ങളുടെ അകമ്പടിയോടെ വിവാഹസ്ഥലത്തെത്തി. വരന്മാരും അവരുടെ ബന്ധുക്കളും വധുമാരും അവരുടെ ബന്ധുക്കളും കതിർമണ്ഡപത്തിൽ വന്നു. സമുദായസഭയുടെ നേതൃത്വത്തിലായിരുന്നു വിവാഹച്ചടങ്ങുകൾ നടന്നത്. മോഹൻദാസിന്റെ ജ്യേഷ്ഠൻ പതിനാറു വയസ്സുള്ള കർസൺ ദാസിന്റെ വിവാഹം ആദ്യം നടത്തി. ഗംഗയായിരുന്നു അയാളുടെ വധു. രണ്ടാമതായി പിതൃസഹോദരപുത്രൻ മോത്തിലാലിന്റെ വിവാഹം നടന്നു. ഹർകുൻവർ ആയിരുന്നു അയാളുടെ വധു. മൂന്നാമതായി മോഹൻദാസിന്റെയും കസ്തൂറിന്റെയും വിവാഹച്ചടങ്ങുകൾ ആരംഭിച്ചു.

ഗോഗൽദാസ് മക്കാൻജി തന്റെ മകളെ മോഹൻദാസിനു നല്കുന്നതായും അവളിലുള്ള തന്റെ എല്ലാ അവകാശങ്ങളും മോഹൻദാസിനെ ഏല്പിക്കുന്നതായും പ്രഖ്യാപിച്ചു. എന്നിട്ട് മകളുടെ കൈപിടിച്ച് മോഹൻദാസിന്റെ കൈകളിൽവച്ചു. വധൂവരന്മാർ മുഖാമുഖമിരുന്ന് പുരോഹിതൻ ചൊല്ലിക്കൊടുത്ത പ്രകാരം മന്ത്രങ്ങൾ ഉരുവിട്ടു. തുടർന്ന് മന്ത്രങ്ങൾ ചൊല്ലി അഗ്നിയെ ഏഴു പ്രാവശ്യം വലംവച്ചു മധുരം പങ്കിട്ടു.

പരീക്ഷകളുടെയും പരീക്ഷണങ്ങളുടെയും അറുപത്തിരണ്ട് വർഷം ദൈർഘ്യമുള്ള ഒരു ജീവിതത്തിലേക്ക് ഒരു കൊച്ചു ബാലനും ബാലികയും നടന്നു.

ഗാന്ധിഭവനത്തിൽ

വിവാഹേശേഷം ഏതാനുംനാൾ പോർബന്തറിലെ വീട്ടിൽ കഴിഞ്ഞതിനുശേഷം കരംചന്ദ് ഗാന്ധിയും കുടുംബവും പുത്രവധുക്കളുമായി രാജ്കോട്ടിലേക്കു യാത്രതിരിച്ചു. പോർബന്തറിൽനിന്നും രാജ്കോട്ടിലേക്ക് കാളവണ്ടിയിൽ അഞ്ചുദിവസത്തെ യാത്രയുണ്ട്. കരംചന്ദ് ഗാന്ധിയും പുത്രന്മാരുമടങ്ങുന്ന പുരുഷന്മാരുടെ സംഘം ഒരു വണ്ടിയിലും അദ്ദേഹത്തിന്റെ ഭാര്യ പുത്തലിബായിയും പുത്രവധുക്കളുമടങ്ങുന്ന സ്ത്രീകളുടെ സംഘം മറ്റൊരു വണ്ടിയിലും കയറി.

വിവാഹത്തിന് എത്തിച്ചേരാനുള്ള അതിവേഗത്തിലുള്ള യാത്രയിൽ കുതിരവണ്ടി മറിഞ്ഞ് കരംചന്ദ് ഗാന്ധിക്ക് സാരമായ പരിക്കുപറ്റിയിരുന്നു. പരിക്ക് ഇനിയും ഭേദമായിരുന്നില്ല.

പോർബന്തർ വിട്ട് മറ്റെങ്ങും പോയിട്ടില്ലാത്ത കസ്തൂറിന് യാത്ര രസകരമായ അനുഭവമായി. പുതിയ പുതിയ അനുഭവങ്ങളുടെ ലോകത്തേക്കുള്ള അവളുടെ യാത്രയുടെ തുടക്കമായിരുന്നു അത്.

രാജ്കോട്ടിലെ ദിവാനായിരുന്ന കരംചന്ദ് ഗാന്ധിക്ക് അവിടത്തെ രാജാവുമായി നല്ല അടുപ്പമായിരുന്നു. വളരെ പ്രാപ്തനായ ഒരു ഭരണാധികാരിയായിരുന്നു കരംചന്ദ് ഗാന്ധി. അദ്ദേഹത്തിന്റെ ഭാര്യ പുത്തലിബായി മതാചാരങ്ങളിൽ അടിയുറച്ചു

കഴിയുന്ന സ്നേഹ സമ്പന്നയായ ഒരു സ്ത്രീയായിരുന്നു. ക്ഷേത്രങ്ങളിലും സ്വന്തം വീടിനകത്തുമായി ബന്ധിക്കപ്പെട്ട ഒരു ജീവിതമായിരുന്നു അവരുടേത്. നല്ല കാര്യപ്രാപ്തിയും അച്ചടക്കവുമുള്ള ഒരു ഗൃഹനാഥകൂടിയായിരുന്നു അവർ. രാജകുടുംബവുമായും അവർ നല്ല ബന്ധം പുലർത്തി. മക്കൾക്കെല്ലാം നല്ല ധാർമ്മികബോധം പകർന്നുനല്കാൻ അവർക്കു കഴിഞ്ഞു.

കരംചന്ദ് ഗാന്ധിയുടെ നാലാമത്തെ ഭാര്യയായിരുന്നു പുത്തലിബായി. ഭാര്യമാരുടെ മരണത്തെത്തുടർന്ന് അദ്ദേഹം വിവാഹങ്ങൾ കഴിച്ചുകൊണ്ടിരുന്നു. ആദ്യത്തെ രണ്ടു ഭാര്യമാരിലായി അദ്ദേഹത്തിന് രണ്ടു പുത്രിമാരുണ്ടായിരുന്നു. പുത്തലിബായിയിൽ ഒരു പുത്രിയും മൂന്നു പുത്രന്മാരും ജനിച്ചു. അതിൽ ഏറ്റവും ഇളയ ആളായിരുന്ന മോഹൻദാസിന്റെ വധുവായിട്ടാണ് കസ്തൂരി ഗാന്ധിഗൃഹത്തിലെത്തുന്നത്. രാജ്കോട്ടിലെത്തിയ വധൂവരന്മാർ ആചാരപരമായി ഗൃഹപ്രവേശം ചെയ്തു. വീടിന് ഐശ്വര്യം പ്രദാനം ചെയ്യുന്ന ചടങ്ങുകൾ നടന്നു. മറ്റു സഹോദരഭാര്യമാരുടെ പിന്നാലെ കസ്തൂറും വീടിന്റെ അകത്തളത്തിലേക്കു നടന്നു. അവളുടെ മുഖം ദുപ്പട്ട കൊണ്ടു മറച്ചിരുന്നു.

കരംചന്ദ് ഗാന്ധിയുടെ മൂത്തപുത്രൻ ലക്ഷ്മീദാസിന്റെ വധു നന്ദ കുൻവർബായ്ക്കായിരുന്നു അമ്മ പുത്തലിബായി കഴിഞ്ഞാൽ അടുത്ത സ്ഥാനം. കർസൻദാസിന്റെ ഭാര്യ ഗംഗ കസ്തൂറിനെക്കാളും പ്രായംകുറഞ്ഞവളായിരുന്നെങ്കിലും ജ്യേഷ്ഠസഹോദരന്റെ ഭാര്യ എന്ന നിലയിൽ ഉയർന്ന സ്ഥാനമാണുള്ളത്. മറ്റുള്ളവർ പറയുന്നതനുസരിച്ച് ഗൃഹകാര്യങ്ങളിൽ പങ്കാളിയാകുക എന്നതാണ് പുത്രവധു എന്നനിലയിൽ അവളുടെ കടമ. പഴയകാലത്തെ ഹിന്ദു കുടുംബങ്ങളിലെ സ്ത്രീകളുടെ ജീവിതം വിധേയത്വത്തിന്റെയും അനുസരണയുടെയും അലംഘനീയമായ ചിട്ടവട്ടങ്ങളിൽ തളയ്ക്കപ്പെട്ടതായിരുന്നു. സൗരാഷ്ട്രയിലെ സ്ത്രീകൾക്കിടയിലെ ആചാരങ്ങളും കടുത്തതായിരുന്നു. സ്ത്രീകളെ പുരുഷന്മാരുള്ള സ്ഥലങ്ങളിൽ മുഖം മറയ്ക്കാതെ പ്രത്യക്ഷപ്പെടാൻ അനുവദിച്ചിരുന്നില്ല.

ദിവാനായ കരംചന്ദ് ഗാന്ധിയുടെ വീടിന് അതിന്റേതായ തിരക്കുണ്ടായിരുന്നു. ദിവാന്റെ അന്തസ്സ് കാത്തുസൂക്ഷിക്കേണ്ട തിൽ സ്ത്രീകൾക്കും നല്ല പങ്കുണ്ടായിരുന്നു. ആ ഉത്തരവാദിത്വം പുത്തലിബായി നല്ല നിലയിൽ പരിപാലിച്ചു. അവരെ അതിനു സഹായിക്കുകയായിരുന്നു പുത്രവധുക്കളുടെ കടമ. പുത്തലിബായി എല്ലാപേരെയും ഒരുപോലെ കണ്ടു. എല്ലാവരും ആഹാരം കഴിച്ചതിനുശേഷം ആഹാരം കഴിച്ചു. എല്ലാവരുടെയും ആവശ്യങ്ങൾ കണ്ടറിഞ്ഞു നിറവേറ്റി. വ്രതങ്ങളും നൊയ്മ്പുകളും നോറ്റു. മുറതെറ്റാതെ ക്ഷേത്രദർശം നടത്തി. അങ്ങനെ അവർ പുത്രവധുക്കൾക്ക് മാതൃകയായി.

പോർബന്തറിൽനിന്നും നാഴികകൾ ദൂരമുള്ള രാജ്കോട്ടിലെ ഗാന്ധിഗൃഹത്തിൽ കസ്തൂറിന് അന്യത്വം തോന്നിയില്ല. അതിനുകാരണം ഭർതൃമാതാവായ പുത്തലിബായി ആയിരുന്നു. പുതിയ വീട്ടിലെ സാഹചര്യങ്ങളുമായി കസ്തൂർ വളരെ പെട്ടെന്നുതന്നെ പൊരുത്തപ്പെട്ടു. പൊരുത്തപ്പെടാൻ പറ്റാത്ത മറ്റൊന്ന് ആ വീട്ടിലുണ്ടായിരുന്നു. അത് അവളുടെ ഭർത്താവിന്റെ പെരുമാറ്റമായിരുന്നു.

ഭർത്താവിന്റെ ശാസനകൾ

മോഹൻദാസിന്റെയും കസ്തൂറിന്റെയും വിവാഹജീവിതത്തിലെ ആദ്യനാളുകളെക്കുറിച്ച് വ്യക്തമായ ഒരു ചിത്രം ഗാന്ധിജിയുടെ ആത്മകഥയിൽനിന്നും നമുക്കു ലഭിക്കും. തന്റെ മിഥ്യാധാരണകൾകൊണ്ടും കാമാസക്തി നിമിത്തവും തന്റെ ഭാര്യയെ താനെങ്ങനെ പീഡിപ്പിച്ചു എന്ന് അതിൽ അദ്ദേഹം തുറന്നെഴുതുന്നു.

വിവാഹത്തെക്കുറിച്ചോ ഒരുക്കങ്ങളെക്കുറിച്ചോ കരംചന്ദ് ഗാന്ധി തന്റെ പുത്രന്മാരുമായി ചർച്ച ചെയ്തിരുന്നില്ല. സംഭവിക്കാൻ പോകുന്നതിനെക്കുറിച്ച് ചെറിയ ഊഹം മാത്രമേ അവർക്ക് ഉണ്ടായിരുന്നുള്ളൂ. അതുകൊണ്ടുതന്നെ വിവാഹത്തെക്കുറിച്ച് എന്തെങ്കിലും മുൻധാരണകൾ രൂപപ്പെടുത്താൻ മോഹൻദാസിന് അവസരം ലഭിച്ചില്ല. ആഘോഷപൂർവ്വം എല്ലാവരും ചേർന്ന് സുന്ദരിയായ ഒരു പെൺകുട്ടിയെ തന്റെ കിടപ്പുമുറിയിലേക്ക് കടത്തിവിട്ടു. അവർ പരസ്പരം ആദ്യമായി കാണുകയായിരുന്നു. “ഓ! ആ പ്രഥമരാത്രി! ജീവിതസമുദ്രത്തിലേക്ക് രണ്ട് പാവം കുട്ടികൾ അറിയാതെ സ്വയം വലിച്ചെറിയപ്പെട്ടിരിക്കുന്നു” എന്നാണ് ഗാന്ധിജി ആ കണ്ടുമുട്ടലിനെക്കുറിച്ച് എഴുതിയത്. നാണംകൊണ്ട് രണ്ടുപേരും മുഖത്തോടുമുഖം നോക്കി

യില്ല. ക്രമേണ ലജ്ജയുടെ മൂടുപടം അഴിഞ്ഞുവീണു. അവർ സംസാരിച്ചുതുടങ്ങി, പരസ്പരം അറിഞ്ഞു.

രാജ്കോട്ടിലേക്കുള്ള യാത്രയിലായിരിക്കണം മോഹൻദാസ് നടന്നത് തന്റെ വിവാഹമായിരുന്നുവെന്നും തങ്ങളെ അനുഗമിക്കുന്ന മറ്റേവണ്ടിയിൽ തന്റെ ഭാര്യയാണുള്ളതെന്നും തിരിച്ചറിയാൻ തുടങ്ങിയത്. ചിന്തകൾ പൊടുന്നനെ മോഹൻദാസിൽ ചില സന്ദേഹങ്ങൾ സൃഷ്ടിച്ചു. ഭർത്താവിന്റെ ഭാഗം അഭിനയിക്കേണ്ടത് എങ്ങനെ, ഭാര്യ എങ്ങനെ പെരുമാറണം തുടങ്ങിയ ചിന്തകൾ അയാളുടെ മനസ്സിൽ കടന്നുകൂടി. അത്തരം വിഷയങ്ങൾ കൈകാര്യം ചെയ്യുന്ന ചില പ്രസിദ്ധീകരണങ്ങൾ അന്ന് രാജ്കോട്ടിൽ ലഭ്യമായിരുന്നു. മോഹൻദാസ് അതെല്ലാം സംഘടിപ്പിക്കുകയും വായിക്കുകയും ചെയ്തു. ഭാര്യയോട് ആജീവനാന്തം വിശ്വസ്തത പുലർത്തുക ഭർത്താവിന്റെ കടമയാണെന്ന് ഈ ലേഖനങ്ങളിൽ പറഞ്ഞത് മോഹൻദാസ് സ്വജീവിതത്തിൽ പകർത്താൻ ശ്രമിച്ചു. ഇതു പക്ഷേ, ചില ദുഷ്ഫലങ്ങളിലേക്കാണ് ചെന്നെത്തിയത്. അതിനെക്കുറിച്ച് ഗാന്ധിജി ഇങ്ങനെ എഴുതുന്നു.

> പഠിച്ച വിശ്വസ്തതാപാഠം ഒരു വിലക്ഷണഫലം ഉണ്ടാക്കി. ഭാര്യയോട് വിശ്വസ്തനായിരിക്കുക എന്റെ കടമയാണെങ്കിൽ എന്നോടു വിശ്വസ്തയായിരിക്കുക അവളുടെയും ധർമ്മമാണെന്ന് ഞാൻ സ്വയം പറഞ്ഞു. ഈ വിചാരം എന്നെ അസഹിഷ്ണുവായ ഒരു ഭർത്താവാക്കി മാറ്റി. അവളുടെ ധർമ്മത്തെ അവളിൽനിന്നും വിശ്വസ്തത പിടിച്ചുവാങ്ങാനുള്ള എന്റെ അവകാശമായി ഞാൻ എളുപ്പം രൂപാന്തരപ്പെടുത്തി. അങ്ങനെ അതു പിടിച്ചെടുക്കണമെങ്കിൽ എന്റെ അവകാശത്തെ മുറുകെ പിടിച്ചിരിക്കണം! ഭാര്യയുടെ വിശ്വസ്തതയെ സംശയിക്കാൻ ഒരു കാരണവും എനിക്കുണ്ടായിരുന്നില്ല. പക്ഷേ, അസഹിഷ്ണുത (അസൂയ) കാരണങ്ങൾക്കുവേണ്ടി കാത്തിരിക്കില്ല. അവളുടെ ഓരോ ചലനവും നിരീക്ഷിക്കുക എന്റെ കടമയായി ഞാൻ കണക്കാക്കി. അതിനാൽ എന്റെ അനു

വാദം കൂടാതെ അവൾക്കെങ്ങും പോകാനാവില്ലെന്ന അവസ്ഥയായി. ഇതു ഞങ്ങൾ തമ്മിൽ കനത്ത കലഹത്തിനു വിത്തുപാകി. എന്റെ നിയന്ത്രണവലയത്തിൽ അവളെ ഒരു തടവുകാരിയാക്കി. അത് സഹിക്കുന്ന കൂട്ടത്തിലായിരുന്നില്ല കസ്തൂർബ. അവൾക്ക് ഇഷ്ടമുള്ളപ്പോൾ ഇഷ്ടമുള്ളിടത്ത് പോവുക അവളൊരു പതിവാക്കി. അവൾ കൂടുതൽ സ്വാതന്ത്ര്യം എടുക്കുകയാണുണ്ടായത്. എന്നെ അത് രോഷാകുലനാക്കി. ഭാര്യാ ഭർത്താക്കന്മാരായ ഞങ്ങൾ, കുട്ടികൾ, പരസ്പരം മിണ്ടാത്ത അവസ്ഥയിലുമായി. കസ്തൂർബ എന്റെ ശാസനകളെ ധിക്കരിച്ചതിൽ യാതൊരു ദുരുദ്ദേശ്യവും ഉണ്ടായിരിക്കില്ല. നിർദ്ദോഷിയായ ഒരു പെൺകുട്ടി ക്ഷേത്രത്തിലോ കൂട്ടുകാരെ കാണാനോ പോകുന്നത് വിലക്കിയാൽ എങ്ങനെ പൊറുക്കും? അവളുടെ മേൽ നിയന്ത്രണമേർപ്പെടുത്താൻ എനിക്ക് അവകാശമുണ്ടെങ്കിൽ സമാനമായ അവകാശം അവൾക്കും ഇല്ലേ? ഇതൊക്കെ എനിക്കിന്ന് വ്യക്തമായി അറിയാം. എന്നാൽ അന്ന് ഭർത്താവെന്ന നിലയ്ക്കുള്ള അധികാരം ഉറപ്പിക്കേണ്ടതാണെന്ന് തോന്നി! ഇതിൽനിന്നും ഞങ്ങളുടെ ജീവിതം കലഹം നിറഞ്ഞതാണെന്ന് വിചാരിക്കരുത്. എന്റെ ഭാര്യ ഒരു മാതൃകാപത്നിയാകണമെന്ന് ഞാനാഗ്രഹിച്ചു. സംശുദ്ധമായ ജീവിതം നയിക്കാനും ഞാൻ പഠിച്ചതെല്ലാം പഠിപ്പിക്കാനും ജീവിതവും ചിന്തയും എന്റേതുമായി ഒന്നാക്കാനും അവളെ ഒരുക്കുകയായിരുന്നു എന്റെ ലക്ഷ്യം.

കസ്തൂർബയെ ഞാൻ ആവേശത്തോടെ സ്നേഹിച്ചിരുന്നു. സ്കൂളിലായിരുന്നപ്പോഴും ഞാനവളെപ്പറ്റി ചിന്തിച്ചു. രാത്രിയായാൽ അവളെ കാണാമല്ലോ എന്ന വിചാരം എന്നെ വിടാതെ പിടികൂടി. വേർപാട് അസഹ്യമായിരുന്നു. രാത്രി വളരെ വൈകുവോളം അതുമിതും പറഞ്ഞ് ഞാനവളുടെ ഉറക്കം കെടുത്തി.

കസ്തൂർബ ഈ അവസ്ഥയെ എങ്ങനെയാവും നേരിട്ടിട്ടുണ്ടാവുക! മോഹൻദാസിന്റെ ശാസനകൾ അവൾ തള്ളിക്കളഞ്ഞതായി ഗാന്ധിജി തന്നെ പറഞ്ഞിരിക്കുന്നു. ഭർത്താവിനെപ്പോലെതന്നെ വീട്ടിലെ അമ്മയെയും മറ്റു മുതിർന്ന സ്ത്രീകളെയും അനുസരിക്കേണ്ട ബാദ്ധ്യത കസ്തൂറിനുണ്ടായിരുന്നു. ജീവിതരീതിയിൽ അമ്മ പുത്തലിബായിയെ പിന്തുടർന്നത് മോഹൻദാസിന്റെ ശാസനകളെ ധിക്കരിക്കാൻ കസ്തൂറിന് കരുത്ത് നല്കിയിട്ടുണ്ടാകും. കൂടാതെ ഭാര്യയും ഭർത്താവും സമപ്രായക്കാരുമായിരുന്നു. ഗാന്ധിജിയുടെ ശാസനകളെ കുസൃതിയായി മാത്രമേ അവൾ കണ്ടിരിക്കാനിടയുള്ളൂ.

രാത്രിയിൽ കിടപ്പുമുറിയിൽ പ്രണയാർദ്രനായി തന്നെ കാത്തുകിടക്കുന്ന മോഹൻദാസിനെ അവൾക്കിഷ്ടമായിരുന്നു. തന്റെ ശാസനകൾക്കുപരിയായി നില്ക്കുന്ന ആസക്തികളെ നിയന്ത്രിക്കാൻ മോഹൻദാസിനും കഴിയുമായിരുന്നില്ല.

ആദ്യകാലങ്ങളിൽ കസ്തൂറിനെ പഠിപ്പിക്കാനുള്ള ചില ശ്രമങ്ങൾ മോഹൻദാസ് നടത്തിയിരുന്നു. എന്നാൽ പ്രണയം അതൊക്കെ തടസ്സപ്പെടുത്തി.

ഭർത്താവിനോട് എപ്പോഴും വിശ്വസ്തയായിരിക്കുമെന്ന് കസ്തൂർ പ്രതിജ്ഞയെടുത്തിട്ടുള്ളതാണ്. എങ്കിലും ഭർത്താവിന്റെ പെരുമാറ്റത്തിൽ ഉചിതമല്ലാത്ത മറ്റു പലതും അവൾ അറിയുന്നുണ്ടായിരുന്നു. അതിലൊന്നായിരുന്നു ഷെയ്ക്ക് മെഹ്ത്താബുമായുള്ള മോഹൻദാസിന്റെ ചങ്ങാത്തം. ഈ കൂട്ടുകെട്ട് കസ്തൂരിക്ക് പഥ്യമായിരുന്നില്ല. ഭാര്യയുടെ എതിർപ്പ് അവഗണിച്ചും മെഹ്ത്താബുമായുള്ള കൂട്ടുകെട്ട് മോഹൻദാസ് തുടർന്നു. മാംസാഹാരശീലത്തിലേക്കും വേശ്യാലയയാത്രയിലേക്കുവരെ വളർന്ന ഈ സൗഹൃദത്തിന്റെ പ്രധാന ലക്ഷ്യങ്ങളിലൊന്ന് ഭാര്യയെ വരുതിയിൽ നിർത്തുന്നതിനുള്ള ശക്തി സംഭരിക്കുക എന്നതായിരുന്നു. കൗമാരക്കാരനായ ഒരു ഭർത്താവിന്റെ മുൻപിലുള്ള പ്രഹേളികയായിരുന്നു സുന്ദരിയായ അയാളുടെ ഭാര്യ. തന്റെ ഭയവും ഭാര്യയുടെ കൂസലില്ലായ്മയും അയാളെ സംശയാലുവാക്കി. തന്റെ ഭയം മാറാനും ശക്തി സംഭ

രിക്കുന്നതിനുമുള്ള മരുന്നായിട്ടാണ് മെഹ്ത്താബിന്റെ ഉപദേശപ്രകാരം മോഹൻദാസ് മാംസാഹാരം ശീലിക്കാൻ തുടങ്ങിയത്. മെഹ്ത്താബിന്റെ ഉപദേശങ്ങൾ അയാൾ കണ്ണടച്ചു വിശ്വസിക്കുകയായിരുന്നു.

വിവാഹശേഷം മകളെ അവളുടെ വീട്ടുകാർ സ്വന്തം വീട്ടിലേക്കു കൂട്ടിക്കൊണ്ടുപോവുക എന്ന ഒരാചാരം കത്തിയവാറിൽ നിലവിലുണ്ടായിരുന്നു. അങ്ങനെ കസ്തൂർ പോർബന്തറിലെ കുടുംബവീട്ടിലേക്കു പോയി. ഈ കാലം മോഹൻദാസിനെ സംബന്ധിച്ചിടത്തോളം അസഹനീയമായിരുന്നു. വിരഹാർത്തനായ മോഹൻദാസ് കൂട്ടുകാരന്റെ വലയത്തിൽ സഞ്ചരിച്ചു. അതൊരു അബദ്ധ സഞ്ചാരമായിരുന്നെന്ന് ഗാന്ധിജി ഓർക്കുന്നു.

> എന്റെ ഭാര്യയുമായുള്ള അഭിപ്രായ വ്യത്യാസത്തിന്റെ ഒരു കാരണം തീർച്ചയായും ഇയാളുമായുള്ള കൂട്ടുകെട്ടായിരുന്നു. ഞാൻ തീവ്രസ്നേഹവും അസഹിഷ്ണുതയുമുള്ള ഭർത്താവായിരുന്നു. എന്റെ ഭാര്യയെപ്പറ്റി തോന്നിയ സംശയത്തെ ഈ സ്നേഹിതൻ ആളിക്കത്തിച്ചു. എനിക്ക് അയാളുടെ സത്യസന്ധതയെക്കുറിച്ച് സംശയമില്ലായിരുന്നു. അയാൾ അറിയിച്ചതു മുൻനിർത്തി എന്റെ ഭാര്യയെ ഞാൻ പലപ്പോഴും വേദനിപ്പിച്ചു.
>
> സംശയങ്ങളുടേതായ ഈ ഇരുണ്ട ദിനങ്ങളെക്കുറിച്ചോർക്കുമ്പോഴെല്ലാം എന്റെ മൗഢ്യത്തെയും കാമാർത്തമായ ക്രൂരതയെയുംപറ്റി എനിക്ക് അറപ്പ് തോന്നുകയും ആ സ്നേഹിതനെ കണ്ണടച്ചു വിശ്വസിച്ചതിൽ ഞാൻ വിലപിക്കുകയും ചെയ്യുന്നു.

മോഹൻദാസിന്റെ വിചിത്രമായ ചിന്തകളും പെരുമാറ്റങ്ങളും കസ്തൂർ ആദ്യം എതിർക്കുകയും പിന്നീട് സഹിക്കുകയും ചെയ്തു. പിന്നീടങ്ങോട്ടുള്ള ജീവിതത്തിൽ അത് അവരുടെ ശീലമായിത്തീരുകയും ചെയ്തു.

രണ്ടു മരണങ്ങൾ

കസ്തൂറിന് പതിനാറുവയസ്സ് തികഞ്ഞപ്പോഴാണ് അവർ ആദ്യമായി ഗർഭിണിയാകുന്നത്. അക്കാലത്ത് മോഹൻദാസിന്റെ അച്ഛൻ കരംചന്ദ് ഗാന്ധി രോഗശയ്യയിലായിരുന്നു. അച്ഛന്റെ ശുശ്രൂഷയുടെ പ്രധാന ചുമതല മോഹൻദാസിനായിരുന്നു. സ്കൂളിൽ പോകുന്നതിനു മുൻപും വന്നതിനുശേഷവുമുള്ള സമയം മോഹൻദാസ് അച്ഛന്റെ ശുശ്രൂഷകൾക്കായി മാറ്റിവച്ചു. പുറത്തുള്ള കറക്കവും അതുവഴി മെഹ്ത്താബുമായുള്ള കൂട്ടുകെട്ടും കുറഞ്ഞു.

അതേസമയം കസ്തൂർ ആദ്യ ഗർഭത്തിന്റെ ആഹ്ലാദത്തിലും പരിചരണത്തിലുമായിരുന്നു. അച്ഛന്റെ ശുശ്രൂഷയ്ക്കിടയ്ക്ക് സമയം കിട്ടുമ്പോൾ തന്റെയടുത്തേക്ക് ഓടിയെത്തുന്ന ഭർത്താവിനെ കസ്തൂർ കൗതുകത്തോടെ നോക്കിനിന്നു. തിരക്കിട്ട് അച്ഛന്റെ കാലുകൾ തടവിക്കൊടുക്കുമ്പോഴും തന്റെ മനസ്സ് ശയനമുറിയിൽ ചുറ്റിപ്പറക്കുകയായിരുന്നുവെന്ന് ഗാന്ധിജി എഴുതിയിട്ടുണ്ട്. ഭാര്യയെക്കുറിച്ചുള്ള ചിന്ത മോഹനെ അപ്പോഴും പരവശനാക്കി.

അച്ഛന്റെ മരണദിവസം മോഹൻദാസിന്റെയും കസ്തൂറിന്റെയും ജീവിതത്തിലെ കറുത്തദിനമായിരുന്നു. രാത്രിയിൽ അച്ഛനെ ശുശ്രൂഷിച്ച് അല്പം ഒഴിവുകിട്ടിയപ്പോൾ കിടപ്പുമുറി

യിലെത്തി ഭാര്യയെ വിളിച്ചുണർത്തിയ മോഹൻദാസിന് അല്പ സമയത്തിനുള്ളിൽത്തന്നെ അച്ഛന്റെ മരണവാർത്ത കേൾക്കേണ്ടിവന്നു. മോഹൻദാസ് ലജ്ജിച്ചുപോയി. മരണസമയത്ത് അച്ഛന്റെ കാല്ക്കലിരിക്കാനുള്ള അവസരമാണ് നഷ്ടമായത്. അയാളതിൽ അതിയായി ദുഃഖിച്ചു.

കുടുംബനാഥനായ കരംചന്ദ് ഗാന്ധിയുടെ മരണം ഗാന്ധിഗൃഹത്തെ ശോകമൂകമാക്കി. ആ സമയത്ത് കസ്തൂർ ഏഴോ എട്ടോ മാസം ഗർഭിണിയായിരുന്നു. അക്കാലത്ത് ശൈശവപ്രസവം അപായകരമായ ഒന്നായിരുന്നു. അതുകൊണ്ടുതന്നെ കസ്തൂറിന്റെ പ്രസവകാര്യത്തിൽ ഏവർക്കും ആശങ്കയുണ്ടായിരുന്നു. പക്ഷേ, അച്ഛൻ മരിച്ച് നാലാംദിവസം കസ്തൂർബ മാസം തികയാതെ പ്രസവിച്ചു. മൂന്നോ നാലോ ദിവസത്തിനുള്ളിൽ ആ കുഞ്ഞ് മരിച്ചു. കുഞ്ഞിന്റെ മരണം താൻ ചെയ്ത പാപത്തിന്റെ ശിക്ഷയാണെന്ന് മോഹൻദാസ് ആത്മാർത്ഥമായും കരുതി.

കരംചന്ദ് ഗാന്ധിയുടെ മരണവും തുടർന്നുണ്ടായ നവജാത ശിശുവിന്റെ മരണവും ഗാന്ധിഗൃഹത്തിൽ ദുഃഖം വർദ്ധിപ്പിച്ചു. അവിടെ അനാഥത്വത്തിന്റെ നിഴൽ വീണുകിടന്നു. കരംചന്ദ് ഗാന്ധി ദിവാനായിരുന്നെങ്കിലും കുടുംബത്തിന്റെ സാമ്പത്തികസ്ഥിതി മെച്ചമായിരുന്നില്ല. മരിക്കുമ്പോൾ അദ്ദേഹത്തിന് ദിവാൻ ജോലിയുടെ പെൻഷൻ ലഭിച്ചിരുന്നു. കുടുംബത്തിന്റെ ഉത്തരവാദിത്വങ്ങൾ മൂത്തപുത്രൻ ലക്ഷ്മിദാസിന്റെ ചുമലിലായി.

അധികം താമസിയാതെ കസ്തൂർ പോർബന്തറിലെ കുടുംബവീട്ടിലേക്കു പോയി. ഈ മാറ്റം അവൾക്ക് ഏറെ ആശ്വാസം നല്കി. പോർബന്തറിൽ അവൾ ബന്ധുഗൃഹങ്ങൾ സന്ദർശിച്ചു. മാതാപിതാക്കളോടൊപ്പമുള്ള താമസം അവളുടെ മനസ്സിലെ വേദന അകറ്റാനും ആരോഗ്യം വീണ്ടെടുക്കാനും സഹായിച്ചു.

ഹരിലാൽ

കസ്തൂറിന്റെ അഭാവത്തിൽ മോഹൻ പഠനകാര്യങ്ങളിൽ ശ്രദ്ധ കേന്ദ്രീകരിച്ചു. വീട്ടിലെ പുതിയ സാഹചര്യങ്ങൾ മോഹൻദാസിനെ അല്പം ഗൗരവക്കാരനാക്കി. തനിക്കു കിട്ടിയ തുച്ഛമായ സ്കോളർഷിപ്പ് തുക മോഹൻ ഗൃഹനാഥനായ ജ്യേഷ്ഠനെ ഏല്പിച്ചു. പോർബന്തറിൽനിന്നും മടങ്ങിവന്ന കസ്തൂർ ഉത്സാഹവതിയായിരുന്നു. മോഹനിൽ കണ്ട മാറ്റങ്ങൾ അവളെ സന്തോഷിപ്പിച്ചു.

മോഹൻദാസിനെ കോളേജ് വിദ്യാഭ്യാസത്തിന് അയക്കണമെന്നും ദിവാനാക്കണമെന്നുമായിരുന്നു അമ്മ പുത്തലിബായുടെ ആഗ്രഹം. മട്രിക്കുലേഷൻ പരീക്ഷ നല്ലനിലയിൽ പാസാകുക എന്നതായിരുന്നു അതിലേക്കുള്ള ആദ്യകടമ്പ. 1887 ൽ മോഹൻദാസ് മെട്രിക്കുലേഷൻ പാസായി. തുടർന്ന് രാജ്കോട്ടിൽനിന്നും തൊണ്ണൂറ് മൈൽദൂരെയുള്ള ഭവൻനഗറിലെ ശ്യാമൾദാസ് കോളജിൽ പ്രവേശിച്ചു. എന്നാൽ അവിടെ തനിച്ചുള്ള താമസവും ഇംഗ്ലീഷിലുള്ള പഠനവും ഏകാന്തതയും സഹിക്കാൻ കഴിയാതെ പഠനം ഉപേക്ഷിച്ച് നാട്ടിലേക്കു തിരിച്ചുവന്നു.

ഈ സമയത്ത് കസ്തൂർ വീണ്ടും ഗർഭിണിയായിരുന്നു. വള

രെയേറെ പ്രാർത്ഥനകളും ശുശ്രൂഷകളും നിറഞ്ഞതായിരുന്നു കസ്തൂറിന്റെ രണ്ടാമത്തെ പ്രസവകാലം. കസ്തൂറിനൊപ്പം ജ്യേഷ്ഠത്തി നന്ദകുൻവർബയും ഗർഭിണിയായിരുന്നു.

പഠനം ഉപേക്ഷിച്ച് മോഹൻദാസ് തിരിച്ചുവന്നത് കസ്തൂറിന് ആശ്വാസം പകർന്നു. പക്ഷേ, കുടുംബത്തിൽ അതു നിരാശയാണ് സൃഷ്ടിച്ചത്. ഗാന്ധി കുടുംബത്തിന്റെ ഏകപ്രതീക്ഷയായിരുന്നു മോഹൻദാസ്. മോഹൻദാസിന്റെ പഠനം തുടരുന്നതിനെക്കുറിച്ചുള്ള ആലോചനയിലായിരുന്നു ജ്യേഷ്ഠൻ ലക്ഷ്മീദാസ്. അപ്പോഴാണ് കുടുംബസുഹൃത്തായ മാവ്ജി ദേവ ഗാന്ധിഗൃഹത്തിൽ വന്നതും മോഹൻദാസിനെ ഇംഗ്ലണ്ടിൽ അയച്ച് പഠിപ്പിക്കുക എന്ന നിർദ്ദേശം വച്ചതും. ഇംഗ്ലണ്ടിൽ പോയി പഠിക്കുക എന്ന കാര്യമോർത്തപ്പോൾ മോഹൻദാസിന് അതിയായ ഉത്സാഹമായി. മോഹൻദാസും ജ്യേഷ്ഠനും അതിനുള്ള ഒരുക്കങ്ങൾ തുടങ്ങി.

കസ്തൂർ തന്റെ രണ്ടാമത്തെ പ്രസവത്തിന് തയ്യാറെടുക്കുകയായിരുന്നു. ഇപ്പോഴവൾ മുതിർന്ന സ്ത്രീയായിരുന്നു. മോഹൻദാസിന്റെ വിദ്യാഭ്യാസകാര്യങ്ങളൊന്നും അവളെ അലട്ടിയില്ല. അയാളുടെ സാന്നിദ്ധ്യം അവൾക്ക് ആശ്വാസമായിരുന്നു. താമസിയാതെ അവളൊരു ആൺകുഞ്ഞിനെ പ്രസവിച്ചു.

കുഞ്ഞ് നല്ല ആരോഗ്യവാനായിരുന്നു. അതിന്റെ ആഹ്ലാദം വീട്ടിലെങ്ങും പ്രസരിച്ചു. ആറാംനാൾ കുഞ്ഞിന് പേരിട്ടു – ഹരിലാൽ.

മോഹൻദാസിനെ സംബന്ധിച്ചിടത്തോളം ഇംഗ്ലണ്ടിൽ പോകാനുള്ള സാഹചര്യങ്ങൾ അനുകൂലമായിരുന്നില്ല. ബ്രിട്ടീഷ് സ്കോളർഷിപ്പിനുള്ള സാദ്ധ്യത നിരസിക്കപ്പെട്ടു. ബന്ധുക്കളും സുഹൃത്തുക്കളും വഴി ധനസമാഹരണത്തിനുള്ള ശ്രമങ്ങളും പരാജയപ്പെട്ടു. ഒടുവിൽ ഒരു വഴി കണ്ടെത്തി. കസ്തൂറിന്റെ ആഭരണങ്ങൾ വില്ക്കുക!

ഭർത്താവ് ലണ്ടനിൽ പഠനത്തിനുപോകുന്നത് നിരക്ഷരയും പുറംലോകം കാണാത്തവളുമായ കസ്തൂറിനെ സംബന്ധിച്ചിടത്തോളം ഉൾക്കൊള്ളാൻ കഴിയുന്ന കാര്യമായിരുന്നില്ല.

അതിന് സ്വന്തം ആഭരണങ്ങൾ വില്ക്കുന്ന കാര്യം അവളെ വേദനിപ്പിച്ചിരിക്കണം. അതിലെല്ലാമുപരി ദീർഘകാലം ഭർത്താവിനെ പിരിഞ്ഞിരിക്കേണ്ടതുണ്ട്. അവർക്ക് ഒരു പുത്രൻ ജനിച്ചിട്ടേയുള്ളൂ. ഏതൊരു സ്ത്രീയെ സംബന്ധിച്ചിടത്തോളവും വേദനിപ്പിക്കുന്ന കാര്യമാണത്. പക്ഷേ, മോഹൻദാസ് ഉറച്ചിരിക്കുകയായിരുന്നു. അമ്മയുടെ അനുവാദവും വാങ്ങിക്കഴിഞ്ഞു. കസ്തൂറിന്റെ സങ്കടങ്ങൾക്ക് അവിടെ പ്രസക്തിയില്ല. ഭർത്താവിന്റെ ഉന്നതിയാണ് ഉത്തമമായ ഭാര്യയുടെ കടമ. അതിനായി സങ്കടങ്ങൾ സഹിക്കാൻ അവൾ ഒരുക്കമാണ്.

മോഹൻദാസിന്റെ ലണ്ടൻയാത്രയ്ക്കുള്ള എല്ലാ ഒരുക്കങ്ങളും ജ്യേഷ്ഠൻ ചെയ്തുകഴിഞ്ഞു. അങ്ങനെ 1888 ആഗസ്റ്റ് പത്തിന് മോഹൻദാസ് ലണ്ടനിലേക്കുള്ള യാത്രയ്ക്കായി രാജ്കോട്ടിൽ നിന്നും പുറപ്പെട്ടു.

കസ്തൂറിനെ സംബന്ധിച്ചിടത്തോളം ജീവിതത്തിലെ ഏറ്റവും വേദന തോന്നിയ ദിവസമായിരുന്നു അത്. അവളുടെ ഹൃദയം ദുഃഖഭരിതമായി. ആറുവർഷത്തോളമായി അവൾ മോഹൻദാസിന്റെ വധുവായി ആ വീട്ടിൽ കാലുകുത്തിയിട്ട്. മോഹൻദാസിന്റെ ശാസനകളും ശകാരങ്ങളും അവളുടെ ജീവിതത്തിന്റെ ഭാഗമായിത്തീർന്നിരുന്നു. ഇന്ന് അയാൾ ഭർത്താവ് മാത്രമല്ല തന്റെ മകന്റെ അച്ഛൻ കൂടിയാണ്.

മോഹൻദാസിനെ യാത്ര അയയ്ക്കാൻ ഒരുപാട് ആളുകൾ വന്നിരുന്നു. അയാൾ ഓരോരുത്തരോടും പ്രത്യേകം യാത്ര ചോദിച്ചു. കസ്തൂറിന് എല്ലാവരുടെയും മുൻപിൽ വരാൻ അനുവാദമില്ലായിരുന്നു. അവൾ ഒരു മുറിയിൽ മാറിയിരുന്നു. അവസാനം മോഹൻദാസ് യാത്ര ചോദിക്കാൻ ഭാര്യ ഇരിക്കുന്ന മുറിയിലെത്തി. അവൾ വല്ലാതെ വീർപ്പുമുട്ടുകയായിരുന്നു. മോഹൻദാസും അങ്ങനെതന്നെ. അയാൾ ഭാര്യയുടെ മുൻപിൽ ഒരു പ്രതിമപോലെ നിന്നു. പിന്നെ അവളെ ചേർത്തുപിടിച്ച് ഉമ്മവച്ചു. "പോകരുതേ" അവൾ പറഞ്ഞു. പിന്നെ ഒരു പൊട്ടിക്കരച്ചിലായിരുന്നു, രണ്ടുപേരും.

കടൽ കടന്ന് യാത്രചെയ്യാൻ തീരുമാനിച്ചതിന്റെ പേരിൽ

മോദ്ബനിയ ജാതിക്കോടതി മോഹൻദാസിന് ജാതിഭ്രഷ്ട് കല്പിച്ചു. പക്ഷേ, അതിനെയെല്ലാം അവഗണിച്ച് മോഹൻദാസ് കരംചന്ദ് ഗാന്ധി ബോംബെയിൽനിന്നും ഇംഗ്ലണ്ടിലേക്ക് കപ്പൽ കയറി.

രാജ്കോട്ടിൽ കസ്തൂർ ഒരു പുതിയ ജീവിതത്തിനു തയ്യാറെടുക്കുകയായിരുന്നു. അവളൊരു അമ്മയായിരുന്നു. അവളുടെ ഏകാന്തതയിൽ കൊച്ചു ഹരിലാൽ പിച്ചവച്ചു. അമ്മ പുത്തലീബായിയെ പരിചരിക്കുന്നതിൽ അവൾ പ്രത്യേകം ആനന്ദം കണ്ടെത്തി. ലണ്ടനിലുള്ള ഭർത്താവിന് അയച്ചുകൊടുക്കാൻ പലഹാരങ്ങൾ തയ്യാറാക്കി. കുടുംബകാര്യങ്ങളിൽ ജ്യേഷ്ഠത്തിയെ സഹായിച്ചു.

മോഹൻദാസ് ജ്യേഷ്ഠനയയ്ക്കുന്ന കത്തുകളിലെ വിവരങ്ങൾ ജ്യേഷ്ഠത്തിയിലൂടെ കസ്തൂർ അറിഞ്ഞു. അപ്പോൾ അവളുടെ കണ്ണുകൾ ഈറനണിഞ്ഞു.

മണിലാൽ

മോഹൻദാസ് ലണ്ടനിലായിരുന്നപ്പോൾ രാജ്കോട്ടിലെ ഗാന്ധി കുടുംബത്തിലെ സ്ഥിതി അത്ര സുഖകരമായിരുന്നില്ല. മോഹൻദാസിന് ഏർപ്പെടുത്തിയിരുന്ന സമുദായഭ്രഷ്ട് അദ്ദേഹത്തിന്റെ ഭാര്യക്കും പുത്രനും ബാധകമായിരുന്നു. അതിന്റെ പ്രയാസങ്ങൾ കസ്തൂർബ നേരിട്ടു. ഇടയ്ക്കെല്ലാം അവർ പോർബന്തറിൽ മാതാപിതാക്കളുടെ കൂടെ താമസിക്കാൻ പോകുമായിരുന്നു.

ഗാന്ധിഗൃഹത്തിലെ സാമ്പത്തികപ്രയാസങ്ങൾ നന്നായി മനസ്സിലാക്കിയതുകൊണ്ട് തന്റെ ആവശ്യങ്ങൾ പരമാവധി കുറയ്ക്കാൻ കസ്തൂർബ ശ്രദ്ധിച്ചു. ആഭരണങ്ങളൊന്നും ഇല്ലാതിരുന്നതുകൊണ്ട് അണിഞ്ഞൊരുങ്ങേണ്ട ആവശ്യമില്ലായിരുന്നു. സമുദായ ഭ്രഷ്ട് കാരണം മറ്റു ബന്ധുവീടുകളിൽ പോകാനും കഴിയില്ലായിരുന്നു. മകന്റെ കാര്യങ്ങളിൽ അവർ കൂടുതൽ ശ്രദ്ധ പതിപ്പിച്ചു.

ഭർതൃമാതാവ് പുത്തലിബായി രോഗിയായിരുന്നു. അവരുടെ ശുശ്രൂഷകൾ കസ്തൂർബ വേണ്ടവിധംതന്നെ നിർവ്വഹിച്ചു. പ്രാർത്ഥനകൾക്കും വ്രതങ്ങൾക്കും മുടക്കം വന്നില്ല. സമയം പെട്ടെന്നു കടന്നുപോയി. മോഹൻദാസ് ലണ്ടനിൽ പോയിട്ട്

മൂന്നുവർഷമാകാറായി. പുത്തലീബായിയുടെ ആരോഗ്യനില വളരെ മോശമായി. ഏതാനും ദിവസങ്ങൾക്കകം അവർ മരണപ്പെട്ടു. മോഹൻദാസിന്റെ പരീക്ഷകൾ അടുത്തുവരികയായിരുന്നു. അമ്മയുടെ മരണവിവരം താങ്ങാൻ മോഹൻദാസിനു കഴിയില്ലെന്നും പരീക്ഷകൾ മുടങ്ങുമെന്നും ലക്ഷ്മീദാസ് ഭയപ്പെട്ടു. അതുകൊണ്ട് അമ്മയുടെ മരണം മോഹൻദാസിനെ അറിയിക്കേണ്ട എന്നു തീരുമാനിച്ചു. കസ്തൂർബ അതിനോടു വിയോജിച്ചിരിക്കില്ല. ലണ്ടനിൽ മോഹൻദാസിനെ ആശ്വസിപ്പിക്കാൻ ആരുമുണ്ടാവില്ലെന്ന് അവർക്കറിയാമായിരുന്നു.

പുത്തലിബായിയുടെ മരണം കസ്തൂർബയെ അതിയായി വേദനിപ്പിച്ചു. മരുമകളായിട്ടല്ല മകളായിട്ടാണ് അവർ കസ്തൂറിനെ സ്നേഹിച്ചിരുന്നത്.

ഏതാനും മാസങ്ങൾക്കകം മോഹൻദാസിന്റെ പരീക്ഷകൾ കഴിഞ്ഞു. 1891 ജൂൺ പത്തിന് മോഹൻദാസ് ബാരിസ്റ്ററായി. ഹൈക്കോടതിയിൽ സന്നത്ത് എടുത്തശേഷം ജൂൺ 12 ന് നാട്ടിലേക്കു കപ്പൽ കയറി. മോഹൻദാസിനെ സ്വീകരിക്കാൻ ജ്യേഷ്ഠൻ ലക്ഷ്മീദാസ് ബോംബെയിൽ വന്നിരുന്നു. അമ്മയുടെ മരണവിവരം ബോംബെയിൽവച്ചാണ് മോഹൻദാസിനെ അറിയിച്ചത്. മോഹൻദാസ് അതിയായി ദുഃഖിച്ചു. ആചാരപ്രകാരമുള്ള ശേഷക്രിയകൾ മുംബെയിൽവച്ചുതന്നെ നടത്തി. തുടർന്ന് നാസിക്കിൽ പോയി പുണ്യനദിയിൽ കുളിച്ചു. നാസിക്കിൽനിന്ന് നേരെ രാജ്കോട്ടിലേക്ക്. അമ്മയില്ലാത്ത വീട്ടിലേക്കു കയറുമ്പോൾ അമ്മയ്ക്കു നല്കിയ വാഗ്ദാനങ്ങളെല്ലാം പാലിക്കാൻ കഴിഞ്ഞതിൽ മാത്രമായിരുന്നു മോഹൻദാസിന്റെ ആശ്വാസം.

കസ്തൂർബയും മകനും കാത്തിരിക്കുകയായിരുന്നു. മകന് മൂന്നു വയസ്സായി. അമ്മ അച്ഛനെക്കുറിച്ച് മകനോടു പറയുമായിരുന്നു. അതുകേട്ട് അവ്യക്തമായ ചില ചിത്രങ്ങൾ ആ കുഞ്ഞ് മനസ്സിൽ രൂപം കൊണ്ടിട്ടുണ്ടാവണം.

ഭർത്താവിന്റെ വേഷത്തിലും ഭാവത്തിലുമുള്ള സാരമായ മാറ്റം കസ്തൂർബ ശ്രദ്ധിച്ചു. ലണ്ടനിൽനിന്നു ബാരിസ്റ്റർ പരീക്ഷ പാസായതിന്റെ ഗൗരവം മോഹൻദാസിലുണ്ടായിരുന്നു.

കൂടാതെ ലണ്ടൻജീവിതം പ്രദാനംചെയ്ത വിപുലമായ അനുഭവവും അറിവും കൈവരിച്ച ഒരു യുവാവുകൂടിയായിരുന്നു അയാൾ.

കസ്തൂർബയും ഏറെ മാറിയിരുന്നു. ഇരുപത്തിരണ്ട് വയസ്സിന്റെ സൗന്ദര്യം അവളിൽ തുളുമ്പിനിന്നു. അതിന്റെ പക്വത അവരുടെ പെരുമാറ്റത്തിലും പ്രതിഫലിച്ചു. മുതിർന്ന സ്ത്രീപുരുഷന്മാർ എന്ന നിലയിൽ അവർ നേർക്കുനേർ കാണുകയായിരുന്നു. പക്ഷേ, മോഹൻദാസിലെ അസഹിഷ്ണുവായ പുരുഷന് ഒരു മാറ്റവും സംഭവിച്ചിരുന്നില്ല. "ഭാര്യയുമായുള്ള എന്റെ ബന്ധം അപ്പോഴും ഞാനാശിച്ചതുപോലെ ആയിക്കഴിഞ്ഞിരുന്നില്ല. ഇംഗ്ലണ്ടിലെ എന്റെ വാസംപോലും എന്റെ അസഹിഷ്ണുതയ്ക്ക് ശമനം വരുത്തിയില്ല. എല്ലാ നിസ്സാരകാര്യങ്ങളിലും തന്റെ ദുശങ്കയും ശുണ്ഠിത്തരവും നിലനിന്നു" എന്നാണ് ഗാന്ധിജി എഴുതുന്നത്.

മോഹൻദാസ് ലണ്ടനിൽനിന്നും തിരിച്ചുവന്ന ആദ്യനാളുകളിൽ വലിയ സന്തോഷമായിരുന്നു വീട്ടിൽ. കുട്ടികൾക്ക് ബ്രിട്ടീഷ് രീതികൾ പഠിപ്പിച്ചുകൊടുക്കുകയും വീട്ടിൽ ചില ബ്രിട്ടീഷ് പരിഷ്കാരങ്ങൾ സ്ഥാപിക്കുകയും ചെയ്തു. ബ്രിട്ടീഷ് രീതിയിലുള്ള വസ്ത്രധാരണവും ചില ബ്രിട്ടീഷ് ഭക്ഷണക്രമങ്ങളും കൊണ്ടുവന്നു. അതിനൊക്കെ ജ്യേഷ്ഠൻ ലക്ഷ്മീദാസിന്റെ പിന്തുണയും ലഭിച്ചു. ക്രമേണ ചെലവുകൾ കൂടിവന്നു. സന്തോഷത്തിന്റെ ദിനങ്ങൾ മാഞ്ഞുതുടങ്ങി.

വലിയ പ്രതീക്ഷയോടെയാണ് മോഹൻദാസിനെ ലണ്ടനിൽ അയച്ച് പഠിപ്പിച്ചത്. കുടുംബത്തിന്റെ ചുമതലകൾ ഏറ്റെടുക്കാനുള്ള പ്രാപ്തി മോഹൻദാസിനുണ്ടായി. അതിനുള്ള ശ്രമങ്ങളിലാണ് ലക്ഷ്മീദാസ്.

കസ്തൂർബ വീട്ടിലെ പ്രയാസങ്ങളെല്ലാം അറിയുന്നുണ്ടായിരുന്നു. മോഹൻദാസിന്റെ പഴയമട്ടിലുള്ള പെരുമാറ്റത്തിൽ മാറ്റമില്ലായിരുന്നുവെങ്കിലും അവളോടുള്ള അയാളുടെ പ്രണയത്തിനും ആസക്തിക്കും ഒട്ടും കുറവുണ്ടായിരുന്നില്ല. പൂർവ്വാധികം സുന്ദരിയായ കസ്തൂർബ മോഹൻദാസിന്റെ ആസക്തി

കളെ ജ്വലിപ്പിച്ചതേയുള്ളൂ. തന്റെ ഭർത്താവ് കുടുംബകാര്യങ്ങളിൽ കുടുംബനാഥനായ ജ്യേഷ്ഠനെ സഹായിക്കേണ്ടതാണ്. അതിനുള്ള ശ്രമങ്ങളൊന്നും മോഹൻദാസ് നടത്തുന്നുണ്ടായിരുന്നില്ല. അതിലുള്ള അസന്തുഷ്ടി അവൾ പ്രകടിപ്പിച്ചുകാണണം. ഭാര്യയുടെ ഉപദേശങ്ങളും നിർദ്ദേശങ്ങളും മോഹൻദാസ് ചെവിക്കൊണ്ടില്ല. എന്നു മാത്രമല്ല അതൊക്കെ അയാളെ അരിശംകൊള്ളിക്കുകയും ചെയ്തു. അയാൾ ഭാര്യയെ കുറ്റപ്പെടുത്തുകയും ശകാരിക്കുകയും ചെയ്തു. പോരാത്തതിന് അവളെ അവളുടെ വീട്ടിൽ പറഞ്ഞുവിടുകയും ചെയ്തു. ഭാര്യയെ വേദനിപ്പിക്കുക എന്നതായിരുന്നു ലക്ഷ്യം. അവൾ ആവശ്യത്തിനു വേദന സഹിച്ചു എന്നു ബോദ്ധ്യമായപ്പോഴാണ് അയാൾ ഭാര്യയെ തിരിച്ചുവിളിച്ചത്.

ഒരുമാസത്തിലേറെ കസ്തൂർബ സ്വന്തം വീട്ടിൽ താമസിച്ചു. ഇക്കാലയളവിൽ രണ്ടുപേരും ആത്മപരിശോധന നടത്തി. രാജ്കോട്ടിൽ തിരിച്ചുവന്ന കസ്തൂർബയ്ക്ക് അല്പം മയമുള്ള ഭർത്താവിനെയാണ് കാണാൻ കഴിഞ്ഞത്. അവർക്കിടയിലെ പിണക്കത്തിന്റെ മഞ്ഞിടിഞ്ഞു. ഭാവികാര്യങ്ങളെക്കുറിച്ച് അവർ ഏറെനേരം സംസാരിച്ചു. പ്രാക്ടീസ് ആരംഭിക്കുന്നതിനെക്കുറിച്ചുള്ള ആലോചനകൾ അയാൾ ഭാര്യയുമായി പങ്കുവച്ചു.

ആത്മവിശ്വാസമില്ലായ്മയായിരുന്നു മോഹൻദാസിന്റെ പ്രശ്നം. ബാരിസ്റ്റർ പരീക്ഷ പാസായെങ്കിലും ഇന്ത്യൻ നിയമസംവിധാനത്തെക്കുറിച്ച് അയാൾ തീർത്തും അജ്ഞനായിരുന്നു. ഈ അജ്ഞത അയാളുടെ ആത്മവിശ്വാസം കെടുത്തി. ഒരു ക്ലാർക്കിന്റെ ജ്ഞാനംപോലും തനിക്കില്ലെന്ന് മോഹൻദാസ് വിശ്വസിച്ചു. അതുകൊണ്ട് ഇന്ത്യൻ നിയമങ്ങളിൽ അവഗാഹം നേടുന്നതിനും നല്ല പരിശീലനം ലഭിക്കുന്നതിനുമായി ബോംബെ ഹൈക്കോടതിയിൽ പ്രാക്ടീസ് ചെയ്യാൻ മോഹൻദാസ് തീരുമാനിച്ചു. കസ്തൂർബ ഭർത്താവിനെ ആശ്വസിപ്പിക്കുകയും പ്രോത്സാഹിപ്പിക്കുകയും ചെയ്തു.

മോഹൻദാസ് സധൈര്യം ബോംബെയിലേക്കുപോയി. പക്ഷേ, ബോംബെയിലെ അനുഭവങ്ങൾ ദാരുണമായിരുന്നു.

കോടതിയിൽ എഴുന്നേറ്റു നില്ക്കാൻപോലും മോഹൻദാസിനു കഴിഞ്ഞില്ല. ബോംബെയിലെ ചെലവുകൾ വർദ്ധിക്കുന്നതല്ലാതെ കാര്യങ്ങൾക്ക് യാതൊരു പുരോഗതിയും ഉണ്ടായില്ല. ചെലവുകൾ താങ്ങാൻ സഹോദരനു ശേഷിയുണ്ടായിരുന്നില്ല. മോഹൻദാസിനോടു മടങ്ങിവരാൻ അദ്ദേഹം നിർദ്ദേശിച്ചു.

ഈ സമയത്ത് കസ്തൂർബ രണ്ടാമത്തെ കുഞ്ഞിനെ ഗർഭം ധരിച്ചിരിക്കുകയായിരുന്നു. ഭർത്താവിന്റെ പരാജയത്തിൽ നിരാശതോന്നിയെങ്കിലും അയാളുടെ മടങ്ങിവരവ് അവളെ സന്തോഷിപ്പിച്ചു. പ്രസവസമയത്ത് ഭർത്താവ് കൂടെയുണ്ടാവുമല്ലോ.

1892 ഒക്ടോബർ ഇരുപതിന് കസ്തൂർബ രണ്ടാമത്തെ കുഞ്ഞിനു ജന്മം നല്കി. അതും ആൺകുഞ്ഞായിരുന്നു. അവർ അവന് മണിലാൽ എന്നു പേരിട്ടു.

വിരഹത്തിന്റെ നാളുകൾ വീണ്ടും

മഹാത്മാഗാന്ധിയുടെ ജീവിതം പരിശോധിച്ചാൽ ചില വ്യക്തിബന്ധങ്ങൾ അദ്ദേഹത്തിന്റെ ജീവിതത്തെ വഴിതിരിച്ചു വിടുന്നതിൽ നിർണ്ണായകസ്ഥാനം വഹിച്ചിട്ടുള്ളതായി കാണാം. അദ്ദേഹത്തിന്റെ ലണ്ടൻ പഠനത്തിനു കാരണം മാവ്ജിദേവ എന്ന ഗാന്ധികുടുംബത്തിന്റെ സുഹൃത്തിന്റെ ഇടപെടലായിരുന്നു. മതവിലക്കുകൾ ലംഘിച്ചും ലണ്ടനിൽ പഠിക്കാൻ പോയത് ഭാവി ഗാന്ധിയുടെ ജീവിതത്തെ രൂപപ്പെടുത്തുന്നതിൽ പ്രധാന പങ്കുവഹിച്ചു. ജീവിതം സന്നിഗ്ദ്ധമായിരുന്ന ഒരു ഘട്ടത്തിലാണ് അതു സംഭവിച്ചത്. മോഹൻദാസ് ഇപ്പോൾ അതിലും സുപ്രധാനമായ ഒരു സന്നിഗ്ദ്ധാവസ്ഥയിലാണ്. ജീവിതപരാജയം മോഹൻദാസിനെ തുറിച്ചുനോക്കുകയാണ്. അയാളിപ്പോൾ രണ്ടു കുട്ടികളുടെ അച്ഛൻ കൂടിയാണ്. അപ്പോഴാണ് പോർബന്തറിലെ കുടുംബസുഹൃത്തായ ഒരു മുസ്ലീം വ്യാപാരിയുടെ കത്ത് രാജ്കോട്ടിലെ വീട്ടിലെത്തുന്നത്. മോഹൻദാസ് ബാരിസ്റ്റർ പരീക്ഷ പാസായത് അയാൾ അറിഞ്ഞിരുന്നു. അയാളുടെ വ്യാപാരകമ്പനിയായ ദാദാ അബ്ദുള്ള ആന്റ് കമ്പനിയുമായി ബന്ധപ്പെട്ട് ദക്ഷിണാഫ്രിക്കയിൽ നടക്കുന്ന കേസിൽ കമ്പനിയെ സഹായിക്കാൻ ദക്ഷിണാഫ്രിക്കയിൽ പോകാമോ എന്ന

തായിരുന്നു കത്തിലെ ഉള്ളടക്കം. ഒരു വർഷത്തെ സേവനമാണ് കമ്പനി ആവശ്യപ്പെട്ടത്. ഒരു വൻതുക അതിനായി കമ്പനി വാഗ്ദാനം ചെയ്തു. കൂടാതെ കമ്പനിച്ചെലവിൽ താമസവും അങ്ങോട്ടും ഇങ്ങോട്ടും ഒന്നാം ക്ലാസ് യാത്രാടിക്കറ്റും കമ്പനി വഹിക്കും. മോഹന് അധികം ആലോചിക്കേണ്ടതായി വന്നില്ല. ഭാഗ്യപരീക്ഷണത്തിന് അയാൾ സധൈര്യം തയ്യാറായി. ദക്ഷിണാഫ്രിക്കയിലേക്ക് പുറപ്പെടാനുള്ള ഒരുക്കങ്ങൾ തുടങ്ങി.

കസ്തൂർബയ്ക്ക് മറ്റൊരു വിരഹകാലം കൂടി ആഗതമാവുകയായിരുന്നു. പരസ്പരം കലഹിക്കുമ്പോഴും പിരിഞ്ഞിരിക്കുക രണ്ടുപേർക്കും പ്രയാസകരമായ കാര്യം തന്നെയാണ്. എങ്കിലും കുടുംബത്തിന്റെ പൊതുവായ ആവശ്യമായിരുന്നു മോഹൻദാസിന്റെ തൊഴിൽ. വളരെ ആകർഷകമായ ഒരവസരമാണ് ലഭിച്ചിരിക്കുന്നത്. അതും ഒരു വർഷത്തേക്കു മാത്രം. കസ്തൂർബ വേദന ഉള്ളിലൊതുക്കി മോഹൻദാസിന്റെ യാത്രയ്ക്കുള്ള ഒരുക്കങ്ങൾ ചെയ്തു. അങ്ങനെ 1893 ഏപ്രിൽ മാസത്തിൽ ദക്ഷിണാഫ്രിക്കയിലേക്ക് കപ്പൽ കയറി. മോഹൻദാസിന്റെയും കസ്തൂർബയുടെയും ജീവിതയാത്രയെ വഴിതിരിച്ചുവിട്ട പുറപ്പാടായിരുന്നു അത്.

ലണ്ടനിൽ പഠനത്തിനുപോയ കൂട്ടുകാരനായ ഭർത്താവല്ല ഇപ്പോൾ കടൽ കടന്ന് ആഫ്രിക്കയിലേക്കു പോയിരിക്കുന്നത്. ഒരു കുടുംബത്തിന്റെ പ്രതീക്ഷയാണ്. ഗൃഹനാഥനാണ്, സ്വന്തമായി വീടുവേണം... കുട്ടികളെ വളർത്തണം. ഒരുപാട് സ്വപ്നങ്ങളുള്ള വീട്ടമ്മയായിരുന്നു. കസ്തൂർബയും.

ദക്ഷിണാഫ്രിക്കയിൽനിന്നും നല്ല വാർത്തകളായിരുന്നു വന്നുകൊണ്ടിരുന്നത്. ജ്യേഷ്ഠൻ ലക്ഷ്മീദാസിന് മോഹൻദാസ് അയച്ചുകൊണ്ടിരുന്ന കത്തുകളിലൂടെ അദ്ദേഹത്തിന്റെ പത്നി വഴി അവർ ഭർത്താവിന്റെ വിവരങ്ങൾ അറിഞ്ഞു. മോഹൻദാസ് വീട്ടിലേക്ക് പണം അയച്ചുകൊണ്ടിരുന്നു. കസ്തൂർബയ്ക്ക് അതിയായ സന്തോഷമായി. തന്റെ ഭർത്താവ് നല്ലനിലയിലായിരിക്കുന്നു. അതിന്റേതായ ആത്മാഭിമാനം അവർക്കും ഉണ്ടായി.

ഒരു വർഷം പെട്ടെന്നു കടന്നുപോയി. കസ്തൂർബ പ്രതീക്ഷയോടെ കാത്തിരുന്നു. അപ്പോഴാണ് മോഹൻദാസിന്റെ കത്തുവന്നത്. നാട്ടിലേക്കുള്ള യാത്ര മാറ്റിവയ്ക്കുന്നു. മറ്റു ചില ഉത്തരവാദിത്വങ്ങൾ വന്നുപെട്ടിരിക്കുന്നു.

രാജ്കോട്ടിലെ ഗാന്ധിഗൃഹം പെട്ടെന്നു മൂകമായി. കസ്തൂർബയ്ക്ക് കാര്യങ്ങൾ പെട്ടെന്ന് ഉൾക്കൊള്ളാൻ കഴിഞ്ഞിട്ടുണ്ടാവില്ല. ഭർത്താവ് പ്രതീക്ഷിച്ച സമയത്ത് മടങ്ങിവരുന്നില്ല. അവളിനിയും കാത്തിരിക്കണം. ആ കാത്തിരിപ്പ് മൂന്നു വർഷം നീണ്ടുനിന്നു.

കടൽയാത്രയും കൊടുങ്കാറ്റും

ദക്ഷിണാഫ്രിക്കയിൽ മൂന്നുവർഷം പിന്നിട്ട മോഹൻദാസ് ഡർബനിലെ സുപ്രീംകോടതിയിൽ നല്ലനിലയിൽ പ്രാക്ടീസ് ചെയ്ത് പേരെടുക്കുകയും നേറ്റാളിലെ ഇന്ത്യൻ കുടിയേറ്റക്കാരുടെ വക്താവായി മാറുകയും ചെയ്തു. സാമ്പത്തികമായും അദ്ദേഹം നല്ലനിലയിലായിരുന്നു. ഇന്ത്യക്കാർക്കിടയിലെ തന്റെ സ്വീകാര്യതയും ബാരിസ്റ്റർ എന്ന നിലയിലുള്ള ഉന്നതസ്ഥാനവും ദക്ഷിണാഫ്രിക്കയിൽത്തന്നെ തുടർന്നു പ്രവർത്തിക്കാൻ അദ്ദേഹത്തെ പ്രേരിപ്പിച്ചു. നാട്ടിൽപ്പോയി കുടുംബത്തെ കൊണ്ടുവരുന്നതിനെക്കുറിച്ച് കുറച്ചുനാളായി അദ്ദേഹം ചിന്തിക്കുന്നുണ്ടായിരുന്നു. തന്റെ പ്രധാന പങ്കാളിത്തത്തോടെ രൂപം കൊടുത്ത നേറ്റാൾ ഇന്ത്യൻ കോൺഗ്രസിന്റെ സെക്രട്ടറി കൂടിയായിരുന്നു മോഹൻദാസ്.

മേല്പറഞ്ഞ ലക്ഷ്യത്തോടെ 1896 മദ്ധ്യത്തിൽ മോഹൻദാസ് നാട്ടിലേക്കു കപ്പൽകയറി. മൂന്നുവർഷത്തിനു ശേഷം നാട്ടിൽവരുന്ന മോഹൻദാസിന്റെ തിരിച്ചുവരവ് രാജ്കോട്ടിലെ ഗാന്ധിഗൃഹത്തെ ആഹ്ലാദഭരിതമാക്കി.

കുടുംബത്തിന്റെ പ്രധാന വരുമാനസ്രോതസ്സ് കൂടിയായിരുന്നു കസ്തൂർബയുടെ ഭർത്താവ്. അതിന്റെ ആദരവും അംഗീ

കാരവും മറ്റും കുടുംബാംഗങ്ങൾ അദ്ദേഹത്തിനു നല്കിയിരുന്നു. അതിന്റെ അഭിമാനം കസ്തൂർബയ്ക്കും ഉണ്ടായിരുന്നു.

പക്ഷേ, പ്രതീക്ഷിച്ചതുപോലെ അത്ര സൗമ്യമായിരുന്നില്ല മോഹൻദാസിന്റെ പ്രകൃതവും പെരുമാറ്റവും. ആ മുഖത്ത് കൂടുതൽ ഗൗരവം പ്രതിഫലിച്ചു. വീട്ടുകാര്യങ്ങളെക്കാൾ മറ്റു പലകാര്യങ്ങളിലുമായിരുന്നു ശ്രദ്ധ. ഭാര്യയോടുള്ള പഴയ സമീപനത്തിൽ ഒരു മാറ്റവും സംഭവിച്ചിരുന്നില്ല.

രാജ്കോട്ടിലെത്തിയ മോഹൻദാസ് സ്വഭവനം ഓഫീസാക്കി മാറ്റി. ദക്ഷിണാഫ്രിക്കയിൽ ഇന്ത്യക്കാർ നേരിടുന്ന പ്രയാസങ്ങളെക്കുറിച്ച് ഒരു ലഘുലേഖ അച്ചടിച്ച് ഭാരതത്തിലെ പ്രമുഖരായ വ്യക്തികൾക്കും പത്രങ്ങൾക്കും അയയ്ക്കുകയാണ് മോഹൻദാസ് ആദ്യം ചെയ്തത്. ലഘുലേഖ അയയ്ക്കാൻ വിലാസം എഴുതുക, സ്റ്റാമ്പ് ഒട്ടിക്കുക തുടങ്ങിയ കാര്യങ്ങൾ ചെയ്യാൻ വീട്ടിലെ കുട്ടികളെത്തന്നെ ചുമതലപ്പെടുത്തി.

തുടർന്ന് ഈ വിഷയങ്ങൾ സംബന്ധിച്ച് ബോംബെയിൽ നടക്കുന്ന കോൺഗ്രസ് സമ്മേളനത്തിൽ ഒരു പ്രമേയം അവതരിപ്പിച്ചു. കോൺഗ്രസ് നേതാക്കളെ നേരിട്ടു കണ്ടു. രാജ്യത്തിന്റെ വിവിധ സ്ഥലങ്ങൾ സന്ദർശിച്ച് പ്രഭാഷണങ്ങൾ നടത്തി.

മോഹൻദാസിന്റെ തിരക്കുകളും പദ്ധതികളും കസ്തൂർബയ്ക്ക് വേണ്ടവിധം ഉൾക്കൊള്ളാൻ കഴിഞ്ഞിട്ടുണ്ടാവില്ല. ദക്ഷിണാഫ്രിക്കയിലേക്ക് പോവുന്നതിനെക്കുറിച്ച് മോഹൻദാസ് ഭാര്യയോടു പറഞ്ഞിരുന്നു. എങ്കിലും വളരെ പെട്ടെന്ന് അതുണ്ടാവുമെന്ന് കസ്തൂർബ കരുതിയിരുന്നില്ല. മോഹൻദാസ് കൽക്കത്തയിലായിരിക്കുമ്പോഴാണ് ദക്ഷിണാഫ്രിക്കയിൽനിന്നു കമ്പിസന്ദേശം വന്നത്. ഉടൻ പുറപ്പെടുക എന്നായിരുന്നു സന്ദേശം. കസ്തൂർബയ്ക്ക് വിഷമവും പരിഭ്രമവുമായി. ഭർത്താവുമൊന്നിച്ച് രണ്ടുമക്കളുമായി കടൽകടന്ന് വിദൂരദേശത്തേക്കുള്ള യാത്ര ഓർത്തപ്പോൾ ഉള്ളിലൊരു വിങ്ങൽ ഉണ്ടായി. പക്ഷേ, ഒരു ഹിന്ദുഭാര്യയെ സംബന്ധിച്ചിടത്തോളം ഭർത്താവിന്റെ ലോകമാണ് അവളുടെ ലോകം. കസ്തൂർബ യാത്രയ്ക്കുള്ള ഒരുക്കങ്ങൾ ചെയ്തു. ബന്ധുഗൃഹങ്ങൾ സന്ദർ

ശിച്ച് യാത്ര ചോദിച്ചു.

1896 നവംബർ 30 ന് ഗാന്ധി കുടുംബം ബോംബെയിൽനിന്നും ദക്ഷിണാഫ്രിക്കയിലേക്ക് കപ്പൽകയറി. മോഹൻദാസിന്റെ കക്ഷിയായ ദാദാ അബ്ദുള്ള സേട്ട് പുതുതായി വാങ്ങിയ കോർലാന്റ് എന്ന കപ്പലിലായിരുന്നു അവരുടെ യാത്ര. ഒപ്പം മോഹൻദാസിന്റെ സഹോദരീ പുത്രനായ ഗോകുൽദാസും ഗാന്ധി കുടുംബത്തോടൊപ്പം ഉണ്ടായിരുന്നു.

പാർസി സ്ത്രീകളെപ്പോലെ സാരിയായിരുന്നു കസ്തൂർബയുടെ വേഷം. മോഹൻദാസിന്റെ നിർബ്ബന്ധപ്രകാരമായിരുന്നു അത്. ദക്ഷിണാഫ്രിക്കയിൽ ഏറ്റവും പരിഷ്കൃതരായി പരിഗണിക്കപ്പെട്ടിരുന്നത് പാർസികളായിരുന്നു. തന്റെ ഭാര്യ കത്തിയവാറിൽനിന്നുള്ള വെറും ബനിയസ്ത്രീയായി അറിയപ്പെടാൻ മോഹൻദാസ് ഇഷ്ടപ്പെട്ടിരുന്നില്ല.

സാരി കസ്തൂർബയ്ക്ക് നന്നായി ഇണങ്ങുന്ന വേഷമായിരുന്നു. ലൂയി ഫിഷർ കസ്തൂർബയെക്കുറിച്ച് എഴുതുന്നത് ഇങ്ങനെയാണ്. "വിലകൂടിയ പട്ടുസാരി അണിഞ്ഞു സുന്ദരിയായിരുന്നു അവർ. ദീർഘവൃത്താകൃതിയുള്ള മുഖത്തെ വിടർന്ന കണ്ണുകളും ആകാരഭംഗിയുള്ള മൂക്കും വശ്യമായ ചുണ്ടുകളും മനോഹരമായ കവിളുകളും അവരെ അത്യധികം ആകർഷകയാക്കി."

കസ്തൂർബ ശരിക്കും സുന്ദരിയായ ഒരു സ്ത്രീയായിരുന്നു. പിഴവില്ലാതെ പണിത ഒരു ശില്പം പോലെ കൃത്യമായി നിർമ്മിക്കപ്പെട്ട മുഖമായിരുന്നു കസ്തൂർബയുടേതെന്ന് എലിനോർ മോർട്ടൺ സാക്ഷ്യപ്പെടുത്തുന്നു.

ഭർത്താവിനും മക്കൾക്കുമൊപ്പം ദീർഘമായ ഒരു കടൽയാത്രയിലാണ് കസ്തൂർബ. അങ്ങുദൂരെയുള്ള ഒരു അപരിചിതമായ ഭൂപ്രദേശത്ത് അവരുടേതായ ഒരു വീടും ജീവിതവുമുണ്ട്. അതിനുവേണ്ടിയുള്ള പരിഷ്കാരങ്ങൾ – അതെത്ര മാത്രം പ്രയാസമുള്ളതാണെങ്കിലും – കസ്തൂർബ സഹിച്ചു. തന്റെ മക്കളെ അച്ഛന്റെ നിർദ്ദേശങ്ങൾ അനുസരിക്കാൻ പ്രോത്സാഹിപ്പിച്ചു. ആ കപ്പലിലെ ഏറ്റവും പ്രധാനപ്പെട്ട വ്യ

ക്തികൾ കൂടിയായിരുന്നു അവർ. ആ പരിഗണന കസ്തൂർബയെ സന്തുഷ്ടയാക്കി.

ബോംബെയിൽനിന്നും നേറ്റാളിലേക്ക് (ഡർബൻ തുറമുഖം) നേരെ പോകുന്ന കപ്പലായിരുന്നു അത്. പതിനെട്ടുദിവസത്തെ യാത്ര. ഡർബൻ തുറമുഖത്തെത്തുന്നതിനുമുൻപ് കപ്പൽ ഒരു വൻകൊടുങ്കാറ്റിൽപ്പെട്ടു. വളരെ ദീർഘവും ശക്തവുമായ കൊടുങ്കാറ്റായിരുന്നു അത്. കൊടുങ്കാറ്റിൽ കപ്പൽ ആടിയുലഞ്ഞു. എല്ലാം നടുക്കടലിൽ അവസാനിച്ചെന്ന് എല്ലാവരും കരുതി. കസ്തൂർബ കുട്ടികളെ നെഞ്ചോടു ചേർത്തുപിടിച്ചു. യാത്രക്കാർ മനമുരുകി പ്രാർത്ഥിച്ചു.

മോഹൻദാസിനു മാത്രം ഒരു കുലുക്കവുമുണ്ടായിരുന്നില്ല. കപ്പൽയാത്രയും കൊടുങ്കാറ്റും അദ്ദേഹത്തിനു പരിചിതമായിരുന്നു. ഇരുപത്തിനാലു മണിക്കൂറോളം അപകടാവസ്ഥ തുടർന്നു. സാവകാശം കാറ്റിന്റെ ശക്തി കുറയുകയും ആകാശം തെളിയുകയും ചെയ്തു. കൊടുങ്കാറ്റ് ഒഴിഞ്ഞുപോയി. കസ്തൂർബയുടെ ആദ്യ കടൽയാത്ര മരണത്തെ മുഖാമുഖം കാണാനുള്ള അവസരം അവർക്കു നല്കി. അതു വരാനിരിക്കുന്ന കൊടുങ്കാറ്റുകളുടെ മുന്നോടി മാത്രമായിരുന്നു.

ഡിസംബർ 18 ന് കപ്പൽ ഡർബൻ തുറമുഖത്ത് അടുത്തു. അപ്പോൾ ഡർബനിൽ മറ്റൊരു കൊടുങ്കാറ്റ് വീശുന്നുണ്ടായിരുന്നു. വെള്ളക്കാരുടെ വെറുപ്പിന്റെ കൊടുങ്കാറ്റായിരുന്നു അത്. കപ്പലിനു തുറമുഖത്ത് പ്രവേശിക്കാനുള്ള അനുമതി നിഷേധിക്കപ്പെട്ടു. നീണ്ട ഇരുപത്തി മൂന്നുദിവസം കപ്പലിന് പുറംകടലിൽ കടക്കേണ്ടിവന്നു. അതിന്റെ കാരണക്കാരൻ തന്റെ ഭർത്താവായിരുന്നു എന്ന് കസ്തൂർബയ്ക്ക് അപ്പോൾ അറിയില്ലായിരുന്നു.

രാജ്കോട്ടിൽവച്ച് ഗാന്ധി അച്ചടിച്ച് വിതരണംചെയ്ത 'പച്ച ലഘുലേഖ'യെക്കുറിച്ചും ഗാന്ധിയുടെ പ്രസംഗങ്ങളെക്കുറിച്ചും തെറ്റിദ്ധാരണ പരത്തുന്ന റിപ്പോർട്ടുകൾ ദക്ഷിണാഫ്രിക്കൻ പത്രങ്ങളിൽ അച്ചടിച്ചിരുന്നു. ദക്ഷിണാഫ്രിക്കയിലെ വെളുത്ത വംശക്കാർക്ക് അപമാനകരമായ പരാമർശം നടത്തിയ ഗാന്ധി രണ്ട്

കപ്പൽ നിറയെ ഇന്ത്യക്കാരുമായി വരുന്നു എന്നായിരുന്നു ദക്ഷിണാഫ്രിക്കയിൽ പ്രചരിച്ചിരുന്ന കിംവദന്തികൾ. ഡർബനിൽ പ്രകടനങ്ങൾ നടക്കുന്നുണ്ടായിരുന്നു. കപ്പൽ പുറപ്പെടുമ്പോൾ ബോംബെയിൽ പ്ലേഗ് ഉണ്ടായിരുന്നു. കപ്പലിൽ പ്ലേഗ് വാഹകർ ഉണ്ടാകുമെന്ന സംശയവും വിനയായി. ഇക്കാരണങ്ങൾകൊണ്ട് കപ്പലുകൾക്ക് തുറമുഖത്ത് അടുക്കുന്നതിന് അനുമതി നിഷേധിക്കപ്പെട്ടു. കപ്പലുകൾ തിരിച്ചുവിടാൻ കപ്പലുടമയായ അബ്ദുള്ള സേട്ടിനുമേൽ കടുത്ത സമ്മർദ്ദമുണ്ടായി. അദ്ദേഹം പക്ഷേ, വഴങ്ങിയില്ല.

കപ്പലിലുണ്ടായിരുന്നവരുടെ സ്ഥിതി അനിശ്ചിതമായി തുടർന്നു. അവരെ ആശ്വസിപ്പിക്കാൻ ഗാന്ധിക്ക് കഠിനപരിശ്രമം നടത്തേണ്ടി വന്നു. പല ചർച്ചകളും നടക്കുന്നുണ്ടായിരുന്നു. ദാദാ അബ്ദുള്ള സേട്ട് എല്ലാ വിവരവും ഗാന്ധിയെ അറിയിച്ചുകൊണ്ടിരുന്നു. ഒടുവിൽ ജനുവരി പതിമൂന്നിന് യാത്രക്കാർക്ക് തുറമുഖത്ത് ഇറങ്ങാൻ അനുമതി ലഭിച്ചു. ഗാന്ധിക്കെതിരെയുള്ള പ്രക്ഷോഭം അപ്പോഴും ശക്തമായിരുന്നു. കസ്തൂർബയെയും കുട്ടികളെയും ഒരു വണ്ടിയിൽ ഗാന്ധിയുടെ പാർസി സുഹൃത്തായ റസ്റ്റംജിയുടെ വീട്ടിലേക്ക് അയക്കാനും അബ്ദുള്ള സേട്ടിന്റെ നിയമോപദേശകനായ ലുട്ടനും ഗാന്ധിയും പിന്നാലെ നടന്നുപോകാനും തീരുമാനിച്ചു.

അപരിചിതഭൂമിയിൽ കപ്പലിറങ്ങിയ കസ്തൂർബ വല്ലാതെ വിഷമിച്ചു. ഭർത്താവ് കപ്പലിൽത്തന്നെ ഇരിക്കുകയായിരുന്നു. ഒന്നരമാസത്തെ കടൽജീവിതത്തിനുശേഷം മണ്ണിൽ കാൽവച്ചതിന്റെ ആശ്വാസം ഒരു വശത്തും പുതിയ സ്ഥലത്തിന്റെ അപരിചിതത്വവും അനിശ്ചിതത്വവും നല്കുന്ന ആശങ്ക മറുവശത്തും. ഭർത്താവിന്റെ നിർദ്ദേശമനുസരിച്ച് മക്കളെക്കൂട്ടി സാധനസാമഗ്രികൾ അടങ്ങിയ പെട്ടികളുമായി കസ്തൂർബ മറ്റുള്ളവരോടൊപ്പം വണ്ടിയിൽ കയറി. വണ്ടി നേരെ അഞ്ചു മൈൽ ദൂരെയുള്ള റസ്റ്റംജിയുടെ വീട്ടിലേക്കു പാഞ്ഞു.

കാര്യങ്ങളുടെ പന്തികേടിൽ കസ്തൂർബയ്ക്ക് കലശലായ ആശങ്കകളുണ്ടായിരുന്നു. ഭർത്താവിനെ ചുറ്റിപ്പറ്റി എന്തോ അപ

കടം മണക്കുന്നതായി അവർക്കു തോന്നി.

മൂന്നു കൊച്ചുകുട്ടികളെയുംകൊണ്ട് അവർ റസ്റ്റംജിയുടെ വീട്ടിലേക്കു പ്രവേശിച്ചു. റസ്റ്റംജിയുടെ ഭാര്യ അവരെ സന്തോഷത്തോടെ സ്വീകരിച്ചു. കസ്തൂർബയ്ക്കും കുട്ടികൾക്കും അല്പം ആശ്വാസമായി. അവർ ഭർത്താവ് വരുന്നതും കാത്തിരുന്നു.

സ്വല്പനേരം കഴിഞ്ഞ് പൊലീസുകാരുടെ അകമ്പടിയോടെ മോഹൻദാസ് വന്നു. അദ്ദേഹത്തിന്റെ വസ്ത്രങ്ങൾ കീറിയിരുന്നു. ശരീരത്തിന്റെ പല ഭാഗങ്ങളും ചതഞ്ഞിട്ടുണ്ട്. നെറ്റിയിൽനിന്നും ചോരയൊലിക്കുന്നുണ്ടായിരുന്നു. ഈ കാഴ്ചകണ്ട് കസ്തൂർബ അമ്പരന്നു. മറ്റുള്ളവരുടെ സാന്നിദ്ധ്യംപോലും മറന്ന് അവർ മോഹൻദാസിന്റെ അടുത്തേക്ക് ഓടിച്ചെന്നു. അവർക്കൊന്നും മനസ്സിലായില്ല. മോഹൻദാസ് ഭാര്യയെ ആശ്വസിപ്പിച്ചു. അപ്പോൾ പുറത്ത് ഒരു വൻജനക്കൂട്ടം തടിച്ചുകൂടിയിരുന്നു. അവർ "ഗാന്ധിയെ പുറത്തുവിടുക" എന്ന് ആക്രോശിച്ചു. പുറത്തെ ജനക്കൂട്ടം നിയന്ത്രണാതീതമായിരുന്നു. റസ്റ്റംജിയുടെ വീട്ടിലെ സ്ത്രീകളെയും കുട്ടികളെയും വീടിന്റെ രണ്ടാം നിലയിലേക്കു മാറ്റി. എന്തോ വൻ ആപത്ത് സംഭവിച്ചതായി കസ്തൂർബയ്ക്കു തോന്നി. തന്റെ ഭർത്താവ് ഇവിടെ ഇത്രയും അപകടകാരിയാണോ! അവർ സംശയിച്ചു. എന്തു തെറ്റാണ് തന്റെ ഭർത്താവ് ചെയ്തത്! അവർ മക്കളെ കെട്ടിപ്പിടിച്ച് കരയാൻ തുടങ്ങി.

അപ്പോൾ പൊലീസ് സൂപ്രണ്ടിന്റെ നിർദ്ദേശപ്രകാരം ഇന്ത്യൻ പൊലീസുകാരുടെ വേഷം ധരിച്ച് ആ വീട്ടിൽനിന്നും രക്ഷപ്പെടാനുള്ള ശ്രമത്തിലായിരുന്നു മോഹൻദാസ്. അല്ലെങ്കിൽ ആ വീട് ആക്രമിക്കപ്പെടുമെന്ന് ഉറപ്പായിരുന്നു. റസ്റ്റംജിയുടെ വീടിന്റെ പിൻവശത്തുകൂടി രണ്ട് ഡിറ്റക്ടീവുകളുടെകൂടെ മോഹൻദാസ് രക്ഷപ്പെട്ടു. പൊലീസ് സൂപ്രണ്ടിന്റെ തന്ത്രം വിജയിച്ചു. ഏറെനേരം കഴിഞ്ഞാണ് ജനക്കൂട്ടം പിരിഞ്ഞുപോയത്. റസ്റ്റംജിയുടെ ഭാര്യ പറഞ്ഞാണ് കസ്തൂർബയ്ക്ക് കാര്യങ്ങളെല്ലാം മനസ്സിലായത്.

കുട്ടികളെ ആശ്വസിപ്പിക്കാനായിരുന്നു കസ്തൂർബ കൂടുതൽ പ്രയാസപ്പെട്ടത്. വേഷം മാറി രക്ഷപ്പെട്ട ഭർത്താവിനെക്കുറിച്ചു വിവരമൊന്നും ലഭിക്കാത്തതിൽ കസ്തൂർബ വിഷമിച്ചു. താൻ കഷ്ടങ്ങളുമായിട്ടാണോ അന്യദേശത്ത് വന്നത് എന്നു വിധിവിശ്വാസിയായ കസ്തൂർബ സംശയിച്ചു. അറിയാവുന്ന ദൈവങ്ങളെയെല്ലാം വിളിച്ച് അവർ പ്രാർത്ഥിച്ചു.

രണ്ടു ദിവസം കഴിഞ്ഞ് ഗാന്ധി തിരിച്ചുവന്നു. റസ്റ്റംജിയോടും ഭാര്യയോടും നന്ദിപറഞ്ഞ് ഗാന്ധികുടുംബം അവരുടെ വീട്ടിലേക്കു പോയി. ആ വീടിന്റെ പേര് ബീച്ച് ഗ്രോവ് വില്ല എന്നായിരുന്നു.

ബീച്ച് ഗ്രോവ് വില്ലയിൽ

ഡർബൻ സുപ്രീംകോടതിയിൽ പ്രാക്ടീസ് ചെയ്യാൻ അനുമതി ലഭിച്ചശേഷം ഗാന്ധി താമസിച്ച ബംഗ്ലാവ് ആയിരുന്നു ബീച്ച് ഗ്രോവ് വില്ല. തന്റെ അന്തസ്സിനുചേർന്ന പാർപ്പിടമെന്ന നിലയിലാണ് ഈ ബംഗ്ലാവ് തെരഞ്ഞെടുക്കാൻ കാരണം. മനോഹരമായ കടൽക്കാഴ്ച ഈ വീടിന്റെ ഒരു പ്രത്യേകതയായിരുന്നു. വിശാലമായ മുറികളും മട്ടുപ്പാവും പൂന്തോട്ടവുമുള്ള ഈ രണ്ടുനിലവീട് ക്സൂതൂർബയ്ക്ക് വളരെ ഇഷ്ടമായി. ഇത്തരമൊരു വീട്ടിൽ ഭർത്താവിനും മക്കൾക്കുമൊപ്പം താമസിക്കുക എന്നത് കസ്തൂർബയുടെ ദീർഘകാലത്തെ ആഗ്രഹമായിരുന്നു. 1901 ഒക്ടോബർ മാസത്തിൽ നാട്ടിലേക്കു തിരിച്ചുപോകുന്നതുവരെ അവർ താമസിച്ചത് ഈ വീട്ടിലായിരുന്നു. ഇവിടെ വച്ച് അവരുടെ മൂന്നാമത്തെയും നാലാമത്തെയും പുത്രന്മാർക്ക് കസ്തൂർബ ജന്മം നല്കി.

ഗാന്ധിയുടെ ഓഫീസ് കൂടിയായിരുന്നു ബീച്ച് ഗ്രോവ് വില്ല. കുറെ മാസങ്ങൾ ആരും താമസമില്ലാതിരുന്നതുകൊണ്ട് വീട്ടിൽ മാറാല കെട്ടിയിരുന്നു. വീടെല്ലാം വൃത്തിയാക്കിയെടുക്കാൻ കസ്തൂർബ ഏറെ പണിപ്പെട്ടു. അപ്പോൾ വീട് കൂടുതൽ മനോഹരമായി. വീടിന്റെ മട്ടുപ്പാവിൽ നിന്ന് കടൽ കാണാമായിരുന്നു. കടൽ നോക്കിനില്ക്കെ കസ്തൂർബ പോർബന്തറിലെ കുട്ടി

ക്കാലം ഓർത്തുപോയി. കടലിനടുത്ത് ഇതുപോലുള്ള ഒരു വീട്ടിലായിരുന്നല്ലോ കസ്തൂർബ ജനിച്ചുവളർന്നത്. അപ്പോൾ തന്റെ ഉദരത്തിലെ ചലനങ്ങൾ അവർ അറിഞ്ഞു. കസ്തൂർബ തന്റെ മൂന്നാമത്തെ കുഞ്ഞിനെ ഗർഭം ധരിച്ചിരിക്കുകയായിരുന്നു.

ഗാന്ധിയുടെ ശ്രദ്ധ സാമൂഹ്യസേവനരംഗത്തേക്ക് കൂടി തിരിഞ്ഞു. വീട്ടിൽവന്ന ഒരു കുഷ്ഠരോഗിയെ ഗാന്ധി പരിചരിച്ചു. അയാൾക്ക് താമസസ്ഥലം ഒരുക്കിക്കൊടുത്തു. തന്റെ ജീവിതച്ചെലവുകൾ കുറയ്ക്കാൻ ശ്രമിച്ചു. ലളിത ജീവിതത്തെക്കുറിച്ചു ചിന്തിച്ചു തുടങ്ങി. വീട്ടുജോലികളിൽ കസ്തൂർബയെ സഹായിച്ചു. കുട്ടികൾക്ക് അതിനുള്ള ശിക്ഷണങ്ങൾ നല്കി.

ഭർത്താവിന്റെ വിചിത്ര സ്വഭാവങ്ങളുമായി പൊരുത്തപ്പെടാൻ കസ്തൂർബ പരിശീലിച്ചിരുന്നു. ഭർത്താവിന്റെ ആവശ്യങ്ങൾ നിറവേറ്റുന്നതിൽ അവർ പരമാവധി പരിശ്രമിച്ചു. പക്ഷേ, മക്കളുടെ വിദ്യാഭ്യാസകാര്യത്തിൽ കസ്തൂർബ പരിഭവം പ്രകടിപ്പിച്ചു. വെള്ളക്കാർ നടത്തുന്ന ഉയർന്നതരം സ്കൂളുകളിൽ തന്റെ മക്കളെ പഠിപ്പിക്കാൻ ഗാന്ധി വിസമ്മതിച്ചു. സാധാരണ സ്കൂളിലെ പഠനനിലവാരം മോശമായതിനാൽ അതും സ്വീകാര്യമായിരുന്നില്ല. കുട്ടികളെ പഠിപ്പിക്കാൻ ഒരു ഇംഗ്ലീഷ് ട്യൂട്ടറെ നിയമിച്ചെങ്കിലും അതും പരാജയപ്പെട്ടു. അപ്പോൾ ഗാന്ധിതന്നെ കുട്ടികളുടെ അദ്ധ്യാപകനായി.

ഗാന്ധിയുടെ ഓഫീസ് ജീവനക്കാരിൽ പലരും ഗാന്ധിയുടെ വീട്ടിൽത്തന്നെയായിരുന്നു താമസിച്ചിരുന്നത്. അവർക്കുവേണ്ടി സൗകര്യങ്ങൾ ചെയ്യാൻ കസ്തൂർബ കടപ്പെട്ടിരുന്നു. കൂടാതെ അനേകംപേർ അവരുടെ വീട്ടിൽ അതിഥികളായി വരും. അവർക്കെല്ലാം ഭക്ഷണം തയ്യാറാക്കണം. കുട്ടികളുടെ കാര്യങ്ങൾ നോക്കണം. വീടു വൃത്തിയാക്കണം. എല്ലാം കസ്തൂർബ സന്തോഷപൂർവ്വം നിർവ്വഹിച്ചു. അതായിരുന്നു കസ്തൂർബയുടെ സ്വപ്നവും.

ഇക്കാലത്ത് കസ്തൂർബയ്ക്കു നല്കിയ കടുത്ത ഒരു ശിക്ഷയെക്കുറിച്ചു ഗാന്ധിജി ആത്മകഥയിൽ എഴുതുന്നുണ്ട്. ഗാന്ധിയുടെ ക്ലാർക്കുമാരിൽ ഒരാൾ രാത്രി അയാളുടെ മുറിയിൽ വച്ചിരുന്ന മൂത്രമൊഴിക്കാനുള്ള പാത്രം രാവിലെ വൃത്തി

യാക്കാൻ മറന്നുപോയിരുന്നു. ആ പാത്രമെടുത്ത് കഴുകിവയ്ക്കാൻ ഗാന്ധി കസ്തൂർബയോട് ആവശ്യപ്പെട്ടു. ആ ക്ലാർക്ക് കീഴ്ജാതിയിൽപ്പെട്ട ഒരു ക്രിസ്ത്യാനിയായിരുന്നു. കീഴ്ജാതിക്കാരനായ ഒരാൾ ഉപയോഗിച്ച പാത്രം വൃത്തിയാക്കുക എന്നത് സനാതനധർമ്മത്തിൽ വിശ്വസിച്ചുവളർന്ന യാഥാസ്ഥിതികമായ കസ്തൂർബയ്ക്കു വിചാരിക്കാൻപോലും കഴിയാത്ത കാര്യമായിരുന്നു. അപ്പോൾ താൻതന്നെ അതു ചെയ്യാമെന്നു ഗാന്ധി പറഞ്ഞു. തന്റെ ഭർത്താവ് ആ ജോലി ചെയ്യുന്നത് കസ്തൂർബയ്ക്ക് ഒട്ടുംതന്നെ സഹനീയമായിരുന്നില്ല. ഒടുവിൽ കോപംകൊണ്ടു ചുവന്ന കണ്ണുകളും കണ്ണുനീർത്തുള്ളികൾ ഒഴുകുന്ന കവിളുകളുമായി അഴുക്കുപാത്രം കൈയിൽപ്പിടിച്ച് കസ്തൂർബ താഴോട്ടിറങ്ങി. ഇതു കണ്ടപ്പോൾ ഗാന്ധിക്ക് കലി കയറുകയാണുണ്ടായത്. തന്റെ ഉത്തരവാദിത്വം കസ്തൂർബ സന്തോഷപൂർവ്വം ചെയ്യണമെന്ന ശാഠ്യത്തിലായിരുന്നു ഗാന്ധി.

"എന്റെ വീട്ടിൽ ഇതൊന്നും പറ്റില്ല" ഗാന്ധി അലറി.

"നിങ്ങളുടെ വീട് നിങ്ങളെടുത്തോളൂ. എന്നെ പോകാൻ അനുവദിക്കൂ." കസ്തൂർബ ദേഷ്യത്തോടെയും സങ്കടത്തോടെയും പറഞ്ഞു. അതുകേട്ട് ഗാന്ധിയുടെ അരിശം വർദ്ധിച്ചു. ഗാന്ധി കസ്തൂർബയുടെ കൈപിടിച്ചുവലിച്ച് വാതിൽതുറന്ന് വീടിനു പുറത്തേക്കു തള്ളി. അപ്പോൾ കസ്തൂർബ ചോദിച്ചു:

"നാണമില്ലേ നിങ്ങൾക്ക്? നിങ്ങളിത്രയധികം സ്വയം മറക്കാമോ? ഞാൻ എവിടെയാണ് പോകേണ്ടത്? എനിക്കിവിടെ ആശ്രയിക്കാൻ അച്ഛനമ്മമാരോ ബന്ധുക്കളോ ഉണ്ടോ? നിങ്ങളുടെ ഭാര്യയായിരിക്കുന്നതുകൊണ്ടു നിങ്ങളുടെ ചവിട്ടും ഇടിയുമെല്ലാം സഹിച്ചുകൊള്ളണമെന്നാണ് നിങ്ങളുടെ വിചാരം. ഈശ്വരനെയോർത്ത് മര്യാദയായി പെരുമാറൂ. വാതിലടയ്ക്കൂ. നമ്മളിങ്ങനെ വഴക്കുകൂടുന്നത് ആരും കാണാതിരിക്കട്ടെ."

ആ സംഭവത്തെക്കുറിച്ച് ഗാന്ധിജി എഴുതുന്നു:

> ഞാൻ ധൈര്യം പുറമെ കാണിച്ചുവെങ്കിലും വാസ്തവത്തിൽ ഞാൻ നാണിച്ചുപോയി. ഞാൻ വാതിലടയ്ക്കുകയും ചെയ്തു. എന്റെ ഭാര്യക്ക് എന്നെ ഉപേക്ഷിക്കാൻ

> കഴിയില്ലെങ്കിൽ എനിക്ക് അവളെയും ഉപേക്ഷിക്കാൻ കഴിയില്ല. ഞങ്ങൾ തമ്മിൽ പല കലഹങ്ങളും ഉണ്ടായിട്ടുണ്ട്. എങ്കിലും അവസാനം ഞങ്ങൾ സമാധാനത്തിലെത്തിയിരുന്നു. തന്റെ അമൂല്യമായ സഹനശക്തികൊണ്ട് എന്റെ ഭാര്യയാണ് എപ്പോഴും വിജയിച്ചിരുന്നത്.

1898 മെയ് മാസത്തിൽ കസ്തൂർബ മൂന്നാമത്തെ മകൻ ഹരിദാസിനെ പ്രസവിച്ചു. രാജ്കോട്ടിലെ വീട്ടിൽ പ്രസവം എന്നത് ഒരു വലിയ സംഭവമാണ്. ബന്ധുക്കളായ സ്ത്രീകളും പരിചയ സമ്പന്നരായ പ്രസവമെടുപ്പുകാരും അടുത്തുണ്ടാവും. പക്ഷേ, ഡർബനിൽ കസ്തൂർബ ഒറ്റയ്ക്കാണ്. സഹായത്തിന് ഇന്ത്യക്കാരിയായ ഒരു നഴ്സിനെ കിട്ടുക പ്രയാസമാണ്. അതുകൊണ്ടു പ്രസവം സംബന്ധിച്ച് കിട്ടാവുന്ന പുസ്തകങ്ങളും മറ്റും ശേഖരിച്ചു പഠിച്ച് ഇക്കാര്യത്തിൽ വൈദഗ്ദ്ധ്യം നേടാൻ ഗാന്ധി തീരുമാനിച്ചു. കസ്തൂർബയ്ക്ക് അവയൊക്കെ വായിച്ചുകൊടുത്തു.

പ്രസവവേദന ആരംഭിച്ചപ്പോൾത്തന്നെ ഡോക്ടറെ വരുത്തി. ഗാന്ധിയും കൂടെനിന്നു. അതൊരു നല്ല അനുഭവമായിരുന്നു. രണ്ടുവർഷം കഴിഞ്ഞ് കസ്തൂർബ നാലാമത്തെ പുത്രനായ ദേവദാസിനെ പ്രസവിക്കുമ്പോൾ ഡോക്ടറെ വിളിക്കാൻ സമയമില്ലായിരുന്നു. അപ്പോൾ ഗാന്ധി തന്നെ പ്രസവമെടുത്തു. സ്വന്തം ഭർത്താവിനാൽ പ്രസവമെടുക്കാനുള്ള ഭാഗ്യം ലഭിച്ച ചുരുക്കം (?) ചില സ്ത്രീകളിൽ ഒരാളായിരിക്കും കസ്തൂർബ.

ഗാന്ധിയുടെ തിരക്കുകൾ വർദ്ധിച്ചുകൊണ്ടിരുന്നു. വക്കീൽ ജോലികളിൽനിന്നും നല്ല വരുമാനം ലഭിച്ചിരുന്നു. എങ്കിലും വീട്ടിൽ ജോലിക്കാരെ നിയമിക്കുന്നതിനു ഗാന്ധി തയ്യാറായിരുന്നില്ല. ഗൃഹജോലികളിൽ ഗാന്ധി പങ്കാളിയാകുകയും കുട്ടികളെ അതിനു പരിശീലിപ്പിക്കുകയും ചെയ്തു.

കുട്ടികളുടെ ജീവിതം പാഴാകുമോ എന്ന ഭയം കസ്തൂർബയെ അലട്ടിയിരുന്നു. അതുകൊണ്ടുതന്നെ നാട്ടിലേക്കു തിരിച്ചുപോകുന്നതിനെക്കുറിച്ച് അവൾ ചിന്തിച്ചിരുന്നു. പക്ഷേ, ഭർത്താവിനോടു പറയാനുള്ള ധൈര്യം അവൾക്കുണ്ടാ

യിരുന്നില്ല.

നേറ്റാളിലെ ബ്രിട്ടീഷ് ഭരണകൂടം ബോയർ റിപ്പബ്ലിക്കുമായി യുദ്ധത്തിലേർപ്പെട്ടു. സർക്കാരിനെ സഹായിക്കേണ്ടത് ഇന്ത്യക്കാരുടെ കടമയാണെന്ന് ഗാന്ധി കരുതി. ഗാന്ധി ഒരു ആംബുലൻസ് സേനയ്ക്കു രൂപംകൊടുക്കുകയും യുദ്ധമുന്നണിയിലേക്കു പോകുകയും ചെയ്തു.

യുദ്ധരംഗത്തുനിന്നും മടങ്ങിവന്നതിനുശേഷം നാട്ടിലേക്കു തിരിച്ചു പോകുന്നതിനെക്കുറിച്ചുള്ള ചിന്ത ഗാന്ധിയിലും ഉണ്ടായി. ഗാന്ധി തന്റെ ചിന്തകൾ കസ്തൂർബയോടു പറഞ്ഞു. സാമൂഹ്യ സേവനമായിരുന്നു ഗാന്ധിയുടെ മുഖ്യലക്ഷ്യം. അതു നാട്ടിൽത്തന്നെ നിർവ്വഹിക്കണമെന്നായിരുന്നു അദ്ദേഹത്തിന്റെ ആഗ്രഹം. അങ്ങനെ 1901 ഒക്ടോബറിൽ നാട്ടിലേക്കു മടങ്ങിപ്പോകാൻ അവർ തീരുമാനിച്ചു.

ഇന്ത്യയിലേക്കു മടങ്ങുന്ന ഗാന്ധിക്ക് വൻ സ്വീകരണങ്ങൾ നല്കപ്പെട്ടു. ഓരോ ചടങ്ങിലും സ്വർണ്ണാഭരണങ്ങൾ ഉൾപ്പെടെ വിലകൂടിയ സമ്മാനങ്ങൾ ലഭിച്ചു. ഈ സമ്മാനങ്ങൾ എന്തു ചെയ്യുമെന്ന ചിന്ത ഗാന്ധിയെ പിടികൂടി. അവ കളയാൻ വയ്യ. എന്നാൽ സ്വന്തമാക്കാനും വയ്യ. ഒടുവിൽ സമ്മാനങ്ങളെല്ലാം ഒരു ട്രസ്റ്റ് രൂപീകരിച്ച് കൈമാറുക എന്ന തീരുമാനത്തിലെത്തി. മക്കളെ ഇക്കാര്യങ്ങൾ പറഞ്ഞു മനസ്സിലാക്കുകയും മക്കൾ അത് അംഗീകരിക്കുകയും ചെയ്തു. പക്ഷേ, കസ്തൂർബയെ കൊണ്ട് ഈ തീരുമാനം അംഗീകരിപ്പിക്കാൻ ഗാന്ധി പ്രയാസപ്പെട്ടു. കസ്തൂർബ വളരെ രൂക്ഷമായിത്തന്നെ പ്രതികരിച്ചു. സമ്മാനങ്ങളിൽ കസ്തൂർബയെ ഉദ്ദേശിച്ച് നല്കപ്പെട്ട വിലകൂടിയ രത്നങ്ങൾ പതിച്ച ഒരു നെക്ലേസുമുണ്ടായിരുന്നു.

കസ്തൂർബ ദേഷ്യത്തോടെ ഇങ്ങനെ പറഞ്ഞു:

"നിങ്ങൾക്ക് വേണ്ടായിരിക്കും നിങ്ങളുടെ മക്കൾക്കും വേണ്ടായിരിക്കും. നിങ്ങളുടെ മധുരവാക്കുകളിൽ മയങ്ങി അവർ നിങ്ങളുടെ താളത്തിനു തുള്ളും. അതൊന്നും അണിയാൻ നിങ്ങൾ എന്നെ അനുവദിക്കാത്തതും മനസ്സിലാക്കാം. പക്ഷേ എന്റെ മക്കളുടെ ഭാര്യമാർക്കോ? അവർക്ക് അവ തീർച്ചയായും വേണ്ടിവരും. പിന്നെ നാളെ എന്താ ഉണ്ടാകുന്നതെന്ന് ആർക്ക

റിയാം. ഇത്ര സ്നേഹത്തോടെ നല്കപ്പെട്ട സമ്മാനങ്ങൾ വേണ്ടെന്നുവയ്ക്കുന്ന അവസാനത്തെ ആളായിരിക്കും ഞാൻ."

കസ്തൂർബയുടെ കണ്ണിൽനിന്നും കണ്ണീരൊഴുകുകയും തൊണ്ടവരളുകയും ചെയ്തു.

ഗാന്ധി പറഞ്ഞു:

"കുട്ടികൾ വിവാഹം കഴിക്കാൻ ഇരിക്കുന്നതല്ലേ ഉള്ളൂ? അവർ കുട്ടികളായിരിക്കെ വിവാഹം ചെയ്തുകാണാൻ നമുക്കുദ്ദേശ്യമില്ലല്ലോ. അവർ മുതിർന്നു കഴിയുമ്പോൾ സ്വന്തം കാര്യം നോക്കിക്കൊള്ളും. ആഭരണക്കമ്പമുള്ള വധുക്കളെയല്ല തീർച്ചയായും നാം അവർക്കായി തേടുന്നത്. അഥവാ അവർക്ക് ആഭരണം കൊടുക്കേണ്ടിവന്നാൽത്തന്നെ ഞാനുണ്ടല്ലോ. അപ്പോൾ എന്നോടു ചോദിച്ചോളൂ."

കസ്തൂർബ അതിന് ഇങ്ങനെയാണ് മറുപടി പറഞ്ഞത്:

"നിങ്ങളോടു ചോദിക്കയോ? ഇക്കാലത്തിനിടയ്ക്ക് ഞാൻ നിങ്ങളെ ശരിക്കു മനസ്സിലാക്കിയിട്ടുണ്ട്. എന്റെ ആഭരണം മുഴുവൻ നിങ്ങൾ ഒഴിവാക്കിച്ചു. അവ ധരിച്ചാൽ നിങ്ങൾ എനിക്കു സ്വസ്ഥത തരില്ലായിരുന്നു. പുത്രവധുക്കൾക്ക് നിങ്ങൾ ആഭരണം നല്കുമെന്നു പറയുന്നതുകേൾക്കാൻ നല്ല രസമുണ്ട്! ഇന്നുമുതൽ എന്റെ മക്കളെ സന്ന്യാസിമാരാക്കി വിടാനാണ് നിങ്ങളുടെ നോട്ടം. ഇല്ല. ആഭരണങ്ങൾ തിരിച്ചുകൊടുക്കുകയില്ല. പിന്നെ ചോദിക്കട്ടെ: അവർ എനിക്കുതന്നെ മാലയിൽ നിങ്ങൾക്കെന്താ അവകാശം?"

അപ്പോൾ ഗാന്ധി ചോദിച്ചു:

"പക്ഷേ, ആ മാല നിന്റെ സേവനത്തിനായി തന്നതാണോ? അതോ എന്റെ സേവനത്തിനോ?"

കസ്തൂർബയുടെ മറുപടി മുനകൂർത്തതായിരുന്നു. അവൾ പറഞ്ഞു:

"ശരി ഞാൻ സമ്മതിക്കുന്നു. പക്ഷേ, നിങ്ങൾ ചെയ്ത സേവനം എന്റേതുകൂടിയാണ്. നിങ്ങൾക്കായി രാപ്പകൽ ഞാൻ എന്തുമാത്രം കഷ്ടപ്പെട്ടിട്ടുണ്ട്. അതു സേവനമല്ലേ? നിങ്ങൾ കണ്ടവരെയെല്ലാം ഒറ്റയ്ക്കും കൂട്ടായും വിളിച്ചു കൊണ്ടുവരും. കരഞ്ഞു കണ്ണീരൊഴുക്കിക്കൊണ്ട് അവർക്കെല്ലാം വേണ്ടി ഞാൻ

അടിമപ്പണി ചെയ്തു."

പക്ഷേ, കസ്തൂർബയുടെ എതിർപ്പ് ശാഠ്യക്കാരനായ ഗാന്ധിയുടെ മുൻപിൽ പതിവുപോലെ പരാജയപ്പെട്ടു. സമ്മാനങ്ങളെല്ലാം സമൂഹത്തിന്റെ പൊതു ആവശ്യത്തിന് ഉപയോഗപ്പെടുത്തുന്നതിലേക്കായി ബാങ്ക് ലോക്കറിലേക്കു മാറ്റി. ഗാന്ധിയുടെയും കസ്തൂർബയുടെയും ജീവിതത്തിലെ ഒരു വലിയ അഗ്നിപരീക്ഷയായിരുന്നു അത്. മോഹവലയത്തിൽനിന്നും ആത്മശക്തിയിലൂടെ ഗാന്ധി അതിനെ അതിജീവിക്കുകയും കസ്തൂർബയെ നിർബ്ബന്ധപൂർവ്വം തന്റെ വഴിയിലൂടെ നടത്തുകയും ചെയ്തു.

1901 ഒക്ടോബർ 18 ന് ഗാന്ധി കുടുംബം ഭാരതത്തിലേക്കു തിരിച്ചു. ദക്ഷിണാഫ്രിക്കയിലെ ഇന്ത്യൻ സമൂഹം ആവശ്യപ്പെടുമ്പോൾ മടങ്ങിവരാമെന്ന വ്യവസ്ഥയിലായിരുന്നു ഗാന്ധി യാത്ര പറഞ്ഞത്.

ഇന്ത്യൻ ഒരിടവേള

കസ്തൂർബ ഒരുപാടു മാറിയിരുന്നു. വിദേശവാസം അവർക്ക് ഒരുപാട് അനുഭവങ്ങളും അറിവും നല്കി. ദീർഘമായ യാത്രയും അപരിചിതമായ സ്ഥലങ്ങളും ആളുകളും അവരുടെ മനസ്സിനെ വലുതാക്കി.

രാജ്കോട്ടിലെ കുടുംബവീട്ടിൽ തിരിച്ചെത്തിയ കസ്തൂർബയ്ക്ക് ഒരുപാടു കാര്യങ്ങൾ പറയാനുണ്ടായിരുന്നു. തന്നെക്കുറിച്ച്, കുട്ടികളെക്കുറിച്ച്, കറുത്ത ആഫ്രിക്കയെക്കുറിച്ച്, അങ്ങനെ ഒരുപാടു കാര്യങ്ങൾ. ജ്യേഷ്ഠത്തിമാരായ നന്ദകുൻവേർബായും ഗംഗയുമായിരുന്നു പ്രധാന കേൾവിക്കാർ. നന്ദകുൻവേർബായ്ക്കും ഗംഗയ്ക്കും കൂടുതൽ കുട്ടികൾ പിറന്നിരുന്നു. ഗാന്ധി കുടുംബത്തിലെ അംഗങ്ങൾ കൂടി. കുട്ടികൾ പുറത്തു കളിച്ചു നടന്നു.

പോർബന്തർ വഴിയായിരുന്നു ഗാന്ധിയും കസ്തൂർബയും രാജ്കോട്ടിലേക്കു മടങ്ങിയത്. പോർബന്തറിലെ ഗാന്ധിയുടെയും കസ്തൂർബയുടെയും കുടുംബാംഗങ്ങളെക്കുറിച്ചുള്ള വിവരങ്ങളൊന്നും രേഖപ്പെടുത്തപ്പെട്ടിട്ടില്ല. അവർ ആഫ്രിക്കയിലായിരുന്ന കാലത്ത് കസ്തൂർബയുടെ അച്ഛനും അമ്മയും മരിച്ചതായി സംശയിക്കണം. അതാണോ പോർബന്തർ വഴി

യുള്ള യാത്രയുടെ ഉദ്ദേശ്യമെന്നു വ്യക്തമല്ല.

ഗാന്ധി രാജ്കോട്ടിൽ പ്രാക്ടീസ് തുടങ്ങി. ഇന്ത്യൻ നിയമങ്ങൾ പഠിച്ചു. ഏതാനും കേസുകൾ ജയിച്ചതോടെ ജോലി മെച്ചപ്പെട്ടു. കോൺഗ്രസ് പ്രവർത്തനങ്ങളിൽ പങ്കെടുക്കണമെന്ന ആഗ്രഹം ഗാന്ധിയിൽ ബലപ്പെട്ടുവരികയായിരുന്നു. കൽക്കത്തയിൽ നടക്കാൻപോകുന്ന കോൺഗ്രസ് സമ്മേളനത്തിൽ പങ്കെടുക്കാനും ദക്ഷിണാഫ്രിക്കൻ പ്രശ്നത്തെക്കുറിച്ചു പ്രമേയം അവതരിപ്പിക്കാനും ഗാന്ധി ആഗ്രഹിച്ചു. അതിന്റെ ഭാഗമായി ബോംബെയ്ക്കു പോകുകയും ഫിറോസ് ഷാ മേത്ത യാത്ര ചെയ്ത തീവണ്ടിയിൽ കൽക്കത്തയ്ക്കു പുറപ്പെടുകയും ചെയ്തു. തീവണ്ടിയിൽവച്ച് ഫിറോസ്ഷാ മേത്തയുമായി സംസാരിക്കാൻ ഗാന്ധിക്കു കഴിഞ്ഞു. കൽക്കത്തയിൽ കോൺഗ്രസ് സമ്മേളനത്തിൽ വളണ്ടിയറായി പ്രവർത്തിക്കാനും പ്രമേയം അവതരിപ്പിക്കാനും ഗാന്ധിക്ക് അവസരം ലഭിച്ചു. തുടർന്ന് രാജ്യത്തിന്റെ വിവിധ സ്ഥലങ്ങൾ സന്ദർശനം നടത്തി. ഗോഖലെക്കൊപ്പം കുറച്ചുകാലം താമസിക്കാനും രാജ്യത്തെ രാഷ്ട്രീയസ്ഥിതിഗതികൾ മനസ്സിലാക്കാനും കഴിഞ്ഞു.

അങ്ങനെയിരിക്കെയാണ് ഗാന്ധി ബോംബെയിൽ പ്രാക്ടീസ് ചെയ്യണമെന്ന് അഭ്യുദയകാംക്ഷികൾ നിർബ്ബന്ധിച്ചതും ഗാന്ധിയും കുടുംബവും ബോംബെയിലേക്കു താമസം മാറ്റിയതും.

ബോംബെയിൽ കസ്തൂർബയുടെ ബന്ധുജനങ്ങൾ ഉണ്ടായിരുന്നു.

ബോംബെയിൽ താമസത്തിനുവന്ന കാലത്ത് മകൻ മണിലാലിനു ടൈഫോയിഡ് പിടിപെട്ടു. കസ്തൂർബ മരണത്തെ മുഖാമുഖം കണ്ട മറ്റൊരു സന്ദർഭമായിരുന്നു അത്. മണിലാലിന് അത്യുഗ്രമായ പനിയായിരുന്നു. മരുന്നുകളൊന്നും ഫലിക്കുന്നില്ല. മകന്റെ ആരോഗ്യം നിലനിർത്താൻ മുട്ടയും കോഴിസൂപ്പും നല്കാൻ ഡോക്ടർ നിർദ്ദേശിച്ചു. പക്ഷേ, മാംസാഹാരം ഗാന്ധിക്കു സ്വീകാര്യമായിരുന്നില്ല. ഡോക്ടറുടെ നിർദ്ദേശം ഗാന്ധി ആദരപൂർവ്വം നിരസിച്ചു. തുടർന്ന് ഗാന്ധി സ്വന്തം

ചികിത്സ പരീക്ഷിക്കാൻ തുടങ്ങി. കസ്തൂർബ നോക്കിനിന്നു. എന്തുചെയ്യണമെന്ന് അവർക്കും അറിയില്ലായിരുന്നു.

ഗാന്ധി മകനെ ഒരു പാത്രത്തിലെ വെള്ളത്തിൽ മൂന്നു മിനിട്ട് ഇരുത്തി. ഇടവിട്ടുള്ള സമയങ്ങളിൽ ഇത് ആവർത്തിച്ചു. മകന് ഓറഞ്ചു നീരിൽ വെള്ളം ചേർത്ത് കഴിക്കാനും നല്കി. മൂന്നു ദിവസത്തോളം ഈ ചികിത്സ തുടർന്നു. പനിക്ക് യാതൊരു കുറവുമില്ല എന്നു മാത്രമല്ല കൂടുകയും ചെയ്തു. ഗാന്ധിയുടെയും കസ്തൂർബയുടെയും മനസ്സ് പതറുകയായിരുന്നു. ഒരു പരീക്ഷണത്തിനു കൂടി ഗാന്ധി മുതിർന്നു. മകനെ നനഞ്ഞ ഒരു തുണികൊണ്ട് നന്നായി പൊതിഞ്ഞു. അതിനു ശേഷം രണ്ടു കമ്പിളിയിട്ട് അവനെ പുതപ്പിച്ചു. പിന്നെ സംഘർഷം സഹിക്കാനാവാതെ മകനെ കസ്തൂർബയെ ഏല്പിച്ച് ഗാന്ധി പുറത്തേക്കു പോയി. രാത്രിയായിരുന്നു. കസ്തൂർബ മകനെ നോക്കിയിരുന്നു. കുറച്ചുകഴിഞ്ഞ് ഗാന്ധി തിരിച്ചുവന്നു. നെറ്റിയിൽ തൊട്ടുനോക്കി. നെറ്റിയിൽ വിയർപ്പ് പൊടിഞ്ഞിരുന്നു. ഗാന്ധി മണിലാലിനെ പൊതിഞ്ഞ പുതപ്പും മറ്റും എടുത്തുമാറ്റി. മണിലാൽ വിയർപ്പിൽ കുളിച്ചിരുന്നു. പനി കുറയുകയായിരുന്നു. അച്ഛൻ മകന്റെ വിയർപ്പ് തുടച്ചുകൊടുത്തു. പിന്നെ മകനോടൊപ്പം കിടന്നുറങ്ങി. നേരം വെളുത്തപ്പോൾ മണിലാലിന്റെ പനി നന്നായി കുറഞ്ഞു.

മണിലാലിന്റെ അസുഖം ഭേദമായിത്തുടങ്ങിയപ്പോൾ ഗാന്ധി വീടു മാറി. കൂടുതൽ സൗകര്യമുള്ള വീടായിരുന്നു രണ്ടാമതു കണ്ടെത്തിയത്. ബോംബെ ഹൈക്കോടതിയിൽനിന്നും കുറച്ചകലെയായിരുന്നു ആ വീട്. ബോംബെയിൽ ഗാന്ധിയുടെ പ്രാക്ടീസും കുറച്ചൊക്കെ മെച്ചപ്പെട്ടു. കസ്തൂർബയുടെ ജീവിതത്തിൽ സ്വച്ഛത നിറഞ്ഞു. മൂത്ത മകൻ ഹരിലാൽ രാജ്കോട്ടിൽ പഠിക്കുകയായിരുന്നു. മറ്റു മൂന്നുമക്കളും അമ്മയുടെ പരിചരണത്തിൽ സന്തോഷവാന്മാരായിരുന്നു.

പക്ഷേ, ഈ സന്തോഷത്തിന് അധികം ആയുസ്സുണ്ടായില്ല. ഗാന്ധിക്ക് ദക്ഷിണാഫ്രിക്കയിൽനിന്ന് ഒരു കമ്പിസന്ദേശം വന്നു.

"ചേംബർലെയിൻ വരുന്നു, മടങ്ങിവരിക" എന്നായിരുന്നു ആ സന്ദേശം.

അതിന്റെ ഗൗരവം ഗാന്ധിക്കു നന്നായി അറിയാമായിരുന്നു. എല്ലാമൊന്നു സ്വസ്ഥമായിവരുന്ന സാഹചര്യത്തിൽ ആഫ്രിക്കയിലേക്കു മടങ്ങുന്നത് കസ്തൂർബയ്ക്ക് സങ്കല്പിക്കാനേ കഴിയുമായിരുന്നില്ല. കുട്ടികളുടെ ഭാവിയായിരുന്നു അവരെ ആശങ്കയിലാക്കിയത്. നാലു കുട്ടികളുടെ അമ്മയായിരുന്നു കസ്തൂർബ. ആ ചിന്ത അവർക്ക് കൂടുതൽ ധൈര്യം നല്കി.

കസ്തൂർബയെയും മക്കളെയും ബോംബെയിൽ നിർത്തി ആഫ്രിക്കയിലേക്കു തനിച്ചുപോകാൻ ഗാന്ധി തീരുമാനിച്ചു. ഗാന്ധിക്കും വളരെ പ്രയാസമുള്ള കാര്യമായിരുന്നു അത്. തനിക്കെന്തെങ്കിലും സംഭവിച്ചാലോ എന്ന ചിന്ത ഗാന്ധിയെ അലട്ടി. ഗാന്ധി തനിക്കും കുടുംബത്തിനുംവേണ്ടി ഒരു ഇൻഷുറൻസ് പോളിസി എടുത്തു. തന്റെ അസാന്നിദ്ധ്യത്തിലും കുടുംബത്തിന്റെ കാര്യങ്ങൾക്കു തടസ്സമുണ്ടാകാത്തവിധം കാര്യങ്ങൾ ചിട്ടപ്പെടുത്തുന്നതിലായിരുന്നു ഗാന്ധിയുടെ ശ്രദ്ധ. ഇൻഷുറൻസിന്റെ കാര്യം കസ്തൂർബയുടെ അഭിമാനബോധത്തെ മുറിപ്പെടുത്തി. കസ്തൂർബയ്ക്കു ചിന്തിക്കാൻപോലും കഴിയാത്ത കാര്യങ്ങളാണ് ഗാന്ധി പറയുന്നത് അവർക്കു സങ്കടമടക്കാൻ കഴിഞ്ഞില്ല.

1902 നവംബർ രണ്ടാംവാരം ഗാന്ധി ദക്ഷിണാഫ്രിക്കയിലേക്കു മടങ്ങി. ഗാന്ധി കുടുംബത്തിൽപ്പെട്ട ചിലരും അദ്ദേഹത്തെ അനുഗമിച്ചു.

കസ്തൂർബയും മക്കളും കുറച്ചുദിവസത്തേക്ക് രാജ്കോട്ടിലേക്കു പോയി. അവിടെ മകൻ ഹരിലാലിന്റെ വിവാഹനിശ്ചയം നടത്തുന്നതിനുള്ള ഒരുക്കത്തിലായിരുന്നു ജ്യേഷ്ഠൻ ലക്ഷ്മീദാസ് ഗാന്ധി. ഹരിലാലിന് പതിനാലു വയസ്സായിരുന്നു. ഗാന്ധി കുടുംബത്തിന്റെ അടുത്ത സുഹൃത്തായ ഹരിദാസ് വോറയുടെ മകൾ ഗുലാബിനെയായിരുന്നു ഹരിലാലിന്റെ വധുവായി നിശ്ചയിച്ചിരുന്നത്. വിവാഹ നിശ്ചയത്തിനുശേഷം ഹരി

ലാൽ ഉൾപ്പെടെയുള്ള മക്കളുമായി കസ്തൂർബ ബോംബെയിലേക്കു മടങ്ങി. ബോംബെയിൽവച്ച് കസ്തൂർബയുടെയും മക്കളുടെയും ഒരു ഫോട്ടോ എടുക്കുകയുണ്ടായി. കസ്തൂർബയുടെയും മക്കളുടെയും ഒരു അപൂർവ്വചിത്രമാണിത്.

ഗാന്ധി ദക്ഷിണാഫ്രിക്കയിൽ പോയിട്ട് ഒരു വർഷത്തോള

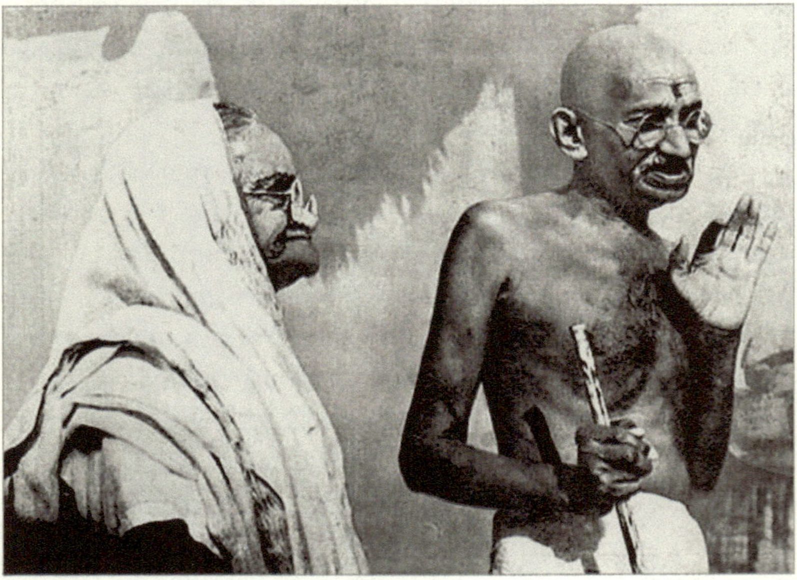

മായി. അദ്ദേഹത്തിന്റെ തിരിച്ചുവരവിനെക്കുറിച്ച് യാതൊരു അറിയിപ്പും ലഭിക്കാത്തത് കസ്തൂർബയിൽ ആശങ്കപരത്തി. അപ്പോഴാണ് താൻ മടങ്ങുന്നില്ലെന്നും കസ്തൂർബയും മക്കളും അങ്ങോട്ടു ചെല്ലണമെന്നും ഗാന്ധിയിൽനിന്നും അറിയിപ്പു ലഭിച്ചത്.

കസ്തൂർബയും മൂന്നു മക്കളും 1903 ഡിസംബർ മാസത്തിൽ ദക്ഷിണാഫ്രിക്കയിലേക്കു മടങ്ങി. മൂത്തപുത്രൻ ഹരിലാൽ അവരോടൊപ്പം പോകാതെ രാജ്കോട്ടിൽ പഠനം തുടർന്നു.

വീണ്ടും ആഫ്രിക്കയിൽ

ദക്ഷിണാഫ്രിക്കയിലേക്ക് തിരിച്ചുപോയ മോഹൻദാസ് ഗാന്ധിയുടെ പ്രധാന പ്രവർത്തനരംഗം ജോഹന്നാസ് ബർഗ്ഗായിരുന്നു. ദക്ഷിണാഫ്രിക്കയിലെ ട്രാൻസ്‌വാൾ പ്രവിശ്യയിലെ പ്രധാന പട്ടണമായിരുന്നു ജോഹന്നാസ്ബർഗ്ഗ്. സ്വർണ്ണഖനനത്തിനു പ്രശസ്തമായ സ്ഥലമായിരുന്നു അത്. ഏതാണ്ട് പതിനായിരത്തിലേറെവരുന്ന ഒരു ഇന്ത്യൻസമൂഹം അന്ന് ജോഹന്നാസ് ബർഗ്ഗിലുണ്ടായിരുന്നു.

ജോഹന്നാസ് ബർഗ്ഗിലെത്തിയ ഗാന്ധി ട്രാൻസ്‌വാൾ സുപ്രീംകോടതിയിൽ അറ്റോണിയായി പ്രാക്ടീസ് തുടങ്ങി. ട്രാൻസ്‌വാളിലെ ഇന്ത്യക്കാരോട് ട്രാൻസ്‌വാൾ ഭരണകൂടം നടത്തുന്ന വിവേചനങ്ങൾക്കെതിരെയും ഏഷ്യാറ്റിക് വകുപ്പിലെ ഉദ്യോഗസ്ഥരുടെ അഴിമതിക്കും പീഡനത്തിനുമെതിരെയും ഗാന്ധി നിയമപോരാട്ടം നടത്തി. വളരെ പെട്ടെന്നുതന്നെ ഗാന്ധി പ്രശസ്തനാവുകയും ഇന്ത്യക്കാരുടെ നേതാവായി മാറുകയും ചെയ്തു. ഇക്കാലത്തുതന്നെ ഡർബനിൽനിന്നും *ഇന്ത്യൻ ഒപ്പീനിയൻ* എന്ന പേരിൽ ഒരു പത്രം പ്രസിദ്ധീകരിക്കുന്നതിനും ഗാന്ധി നേതൃത്വം കൊടുത്തു. ഗാന്ധിയുടെ ജീവിതം പൂർവ്വാധികം തിരക്കുപിടിച്ചതായിത്തീർന്നു. കസ്തൂർബയുടെ

സാന്നിദ്ധ്യം ഗാന്ധിക്ക് ഒഴിച്ചുകൂടാത്തതായി മാറി.

ഡർബനിൽ കപ്പലിറങ്ങിയ കസ്തൂർബയെയും മക്കളെയും ഗാന്ധി ജോഹന്നാസ് ബർഗ്ഗിലേക്ക് കൂട്ടിക്കൊണ്ടുപോയി. ഡർബനിൽനിന്നും ജോഹന്നാസ് ബർഗ്ഗിലേക്ക് ഒരുദിവസത്തെ തീവണ്ടിയാത്ര ചെയ്യേണ്ടതുണ്ട്. കപ്പൽയാത്രയ്ക്കിടെ രാമദാസിന്റെ കൈ ഒടിഞ്ഞിരുന്നു. ഗാന്ധി മകന്റെ ഒടിഞ്ഞ കൈയിലെ കെട്ടഴിച്ച് മുറിവുകൾ കഴുകി വീണ്ടും കെട്ടി. മകനെ ആശ്വസിപ്പിച്ചു.

ജോഹന്നാസ് ബർഗ്ഗിൽ ഗാന്ധി താമസത്തിനെടുത്ത വീട് വളരെ വലുതും മനോഹരവുമായിരുന്നു. വിലകൂടിയ വസ്തുക്കൾകൊണ്ട് വീടു നന്നായി മോടിപിടിപ്പിച്ചിരുന്നു. ഗാന്ധിയുടെ ഓഫീസിൽനിന്നും മൂന്നു കിലോമീറ്റർ അകലെയായിരുന്നു ആ വീട്. വീട്ടിലെത്തിയ കസ്തൂർബ സന്തുഷ്ടയായി. ഗാന്ധിയുടെ തിരക്കും സൗകര്യങ്ങളും കണ്ട് അവർക്ക് വളരെ അഭിമാനം തോന്നി. ഗാന്ധി ഓഫീസിലേക്കു പോകുമ്പോൾ മുതിർന്ന കുട്ടികളായ മണിലാലിനെയും രാമദാസിനെയും ഒപ്പം കൂട്ടുമായിരുന്നു. അവരുടെ പഠനം ഗാന്ധിയുടെ ഓഫീസിൽവച്ചായിരുന്നു. ഗാന്ധി തന്നെയായിരുന്നു അദ്ധ്യാപകൻ.

കസ്തൂർബയും മക്കളും ജോഹന്നാസ് ബർഗ്ഗിലെത്തി അല്പനാളുകൾ കഴിഞ്ഞപ്പോഴാണ് അവിടെ പ്ലേഗിന്റെ ആക്രമണമുണ്ടായത്. ഖനിപ്രദേശങ്ങളിൽ ആരംഭിച്ച പ്ലേഗ് ഇന്ത്യക്കാരായ 'കൂലി'കളുടെ താമസസ്ഥലത്തേക്കും പടർന്നു. പ്ലേഗിനെ പ്രതിരോധിക്കാൻ ഗാന്ധിയും സഹപ്രവർത്തകരും ഉറക്കമില്ലാതെ കഠിനാദ്ധ്വാനം ചെയ്തു. പ്രതിരോധ പ്രവർത്തനങ്ങളിൽ കസ്തൂർബയും ഗാന്ധിയെ സഹായിച്ചു.

ഗാന്ധിയുടെ വരുമാനത്തിന്റെ വലിയൊരു പങ്കും തിന്നുതീർത്തു കൊണ്ടിരുന്ന *ഇന്ത്യൻ ഒപ്പീനിയൻ* അക്കാലത്ത് കടുത്ത സാമ്പത്തികപ്രതിസന്ധിയെ നേരിടുകയായിരുന്നു. 1904 ഒക്ടോബറിലായിരുന്നു അത്. ഗാന്ധി ഉടനെ ഡർബനിലേക്കു പുറപ്പെട്ടു. ഗാന്ധിയെ യാത്രയാക്കാൻ ഗാന്ധിയുടെ പുതിയ സുഹൃത്തായ ഹെന്റി പോളക്കും വന്നിരുന്നു. തീവണ്ടിയാത്ര

യിൽ വായിക്കാനായി പോളക്ക് ഗാന്ധിക്ക് ഒരു പുസ്തകം നല്കി. ജോൺ റസ്കിന്റെ *അൺ ടു ദിസ് ലാസ്റ്റ് (Un to this last)* ആയിരുന്നു ആ പുസ്തകം. വണ്ടിയിൽ കയറിയ ഗാന്ധി ആ പുസ്തകം മറിച്ചുനോക്കി. പിന്നെ വായിക്കാനാരംഭിച്ചു. പുസ്തകം മുഴുവനും തീർന്നതിനുശേഷമേ വായന നിന്നുള്ളൂ. അദ്ദേഹത്തിന്റെ മനസ്സുമായി അത്രമാത്രം ഇഴചേർന്നതായിരുന്നു ആ പുസ്തകത്തിലെ ആശയങ്ങൾ. ആ പുസ്തകം ഗാന്ധിയുടെ ജീവിതത്തെ ഒറ്റരാത്രികൊണ്ടു മാറ്റിമറിച്ചു കളഞ്ഞു.

ഇന്ത്യൻ ഒപ്പീനിയന്റെ ഓഫീസിലെത്തിയ ഗാന്ധി ഒരു പുതിയ മനുഷ്യനായിരുന്നു. പുസ്തകത്തിലെ ആശയങ്ങൾ ജീവിതത്തിലേക്കു പകർത്തുക എന്നതായിരുന്നു അടുത്ത നീക്കം. ഇന്ത്യയിൽ ഒപ്പീനിയൻ ഒരു കൃഷിസ്ഥലത്തേക്കു മാറ്റുക, അവിടെ എല്ലാവരും പണിയെടുക്കുക, എല്ലാവരും ഒരേ ജീവിതവേതനം സ്വീകരിക്കുക, ഒഴിവുസമയം പ്രസിലെ ജോലി നോക്കുക ഇതൊക്കെയായിരുന്നു ഗാന്ധിയുടെ നിർദ്ദേശങ്ങൾ. ആ നിർദ്ദേശങ്ങൾ ഉടനെ നടപ്പാക്കപ്പെട്ടു. ഡർബനിൽനിന്ന് കുറച്ചകലെയുള്ള ഫിനിക്സ് എന്ന ഗ്രാമത്തിൽ നൂറേക്കർ സ്ഥലം ലഭിച്ചു. പ്രസ് ഉടനെതന്നെ അങ്ങോട്ടുമാറ്റി. അവിടെനിന്ന് *ഇന്ത്യൻ ഒപ്പീനിയൻ* അച്ചടിച്ചശേഷമാണ് ഗാന്ധി ജോഹന്നാസ്ബർഗ്ഗിലേക്കു മടങ്ങിപ്പോയത്.

വീട്ടിൽ തിരിച്ചെത്തിയ ഗാന്ധി കസ്തൂർബയോട് എല്ലാം വിശദമായി സംസാരിച്ചു. ഫിനിക്സിൽ ഫാം ആരംഭിക്കുന്ന കാര്യവും അവിടെ കൃഷിയും മറ്റുകാര്യങ്ങളുമായി ജീവിക്കുന്നതിനെക്കുറിച്ചുള്ള ചിന്തകളും അദ്ദേഹത്തിന്റെ മനസ്സിനെ ആവേശഭരിതമാക്കുന്നത് കസ്തൂർബ ശ്രദ്ധിച്ചു. എല്ലാ സൗകര്യങ്ങളും ഉപേക്ഷിച്ച് ഒരു ഗ്രാമത്തിൽ പോയി കൃഷിചെയ്തു ജീവിക്കുക. അതെങ്ങനെയായിരിക്കുമെന്ന് ഊഹിക്കാൻപോലും കസ്തൂർബയ്ക്ക് കഴിയുമായിരുന്നുവോ എന്നു സംശയമാണ്.

പക്ഷേ, ഗാന്ധി വളരെവേഗം സ്വയം മാറുകയായിരുന്നു. അതിനെക്കുറിച്ച് ഗാന്ധി ആത്മകഥയിൽ എഴുതുന്നത് ഇപ്രകാരമാണ്:

> വീട്ടുചെലവുകൾ വലുതായിരുന്നെങ്കിലും ലാളിത്യത്തിലേക്കു നീങ്ങാനുള്ള പ്രവണത ഡർബനിൽ ആരംഭിച്ചതായി മുൻപു കണ്ടുവല്ലോ. എന്നാൽ റസ്കിന്റെ ഉദ്ബോധനത്തിന്റെ വെളിച്ചത്തിൽ ജോഹന്നാസ് ബർഗ്ഗിലെ വീട് കൂടുതൽ കർശനമായ മാറ്റങ്ങൾക്കു വിധേയമായി. ഒരു ബാരിസ്റ്ററുടെ വീട്ടിൽ സാധിക്കാവുന്നതിന്റെ പരമാവധി ലാളിത്യം ഞാൻ നടപ്പാക്കി. കുറച്ചു വീട്ടു സാമാനങ്ങൾ കൂടാതെ കഴിയാൻ സാധിക്കുമായിരുന്നില്ല. മാറ്റം ബാഹ്യമെന്നതിനെക്കാൾ ആന്തരികമായിരുന്നു. എല്ലാ കായികാദ്ധ്വാനവും സ്വയം ചെയ്യുന്നതിനുള്ള താല്പര്യം വർദ്ധിച്ചു. അതുകൊണ്ട് എന്നെയും മക്കളെയും ഈ ചിട്ടയിലേക്കു കൊണ്ടുവരാൻ ഞാൻ ആരംഭിച്ചു.

വീട്ടിലെ എല്ലാ ജോലികളും എല്ലാവരും ചേർന്നു നിർവ്വഹിക്കുക എന്നതായിരുന്നു ഒരു പ്രധാന പരിഷ്കാരം. വീട്ടിലേക്കുള്ള മാവും മറ്റും സ്വയം പൊടിച്ചെടുത്തു. കക്കൂസും പരിസരങ്ങളും വൃത്തിയാക്കുന്ന ജോലി ജോലിക്കാരനെ ഏല്പിക്കാതെ ഗാന്ധിയും മക്കളും തന്നെ ചെയ്തു. നിങ്ങൾ നിങ്ങളുടെ മക്കളെ തൂപ്പുകാരാക്കാനാണോ പഠിപ്പിക്കുന്നതെന്ന് കസ്തൂർബ പരിഭവത്തോടെ ചോദിക്കുമായിരുന്നു.

ഫിനിക്സിൽ താമസമാക്കിയ പോളക്കിനെ ഗാന്ധി ജോഹന്നാസ് ബർഗ്ഗിലേക്കു ക്ഷണിക്കുകയും അയാളെ വിവാഹം കഴിപ്പിച്ച് തന്റെ കൂടെ താമസിപ്പിക്കുകയും ചെയ്തു.

കസ്തൂർബയ്ക്ക് അമ്പരപ്പുണ്ടാക്കിയ മറ്റൊരു കാര്യമായിരുന്നു ഇത്. പോളക്കിന്റെ ഭാര്യയുമായി പൊരുത്തപ്പെടാൻ കസ്തൂർബ കുറെ സമയമെടുത്തു കാണണം. ഗാന്ധിയുടെ ഓഫീസിലെ ചില ക്ലാർക്കുമാരും ഗാന്ധിയുടെ കൂടെ താമസിക്കുന്നുണ്ടായിരുന്നു. പതുക്കെ ജോഹന്നാസ് ബർഗ്ഗിലെ കസ്തൂർബയുടെ വീട് വിവിധ ജാതിയിലും നിറത്തിലും പെട്ടവർ താമസിക്കുന്ന ഒരു കൂട്ടുകുടുംബമായി മാറി.

1906 ജൂൺ മാസം വരെയാണ് ഗാന്ധി കുടുംബം ജോഹ

ന്നാസ് ബർഗ്ഗിലെ വീട്ടിൽ താമസിച്ചത്. അക്കാലത്ത് നേറ്റാളിൽ പൊട്ടിപ്പുറപ്പെട്ട സുളുകലാപത്തിൽ സർക്കാരിനെ സഹായിക്കാൻ ആംബുലൻസ് സേന രൂപീകരിക്കാൻ തയ്യാറാണെന്ന ഗാന്ധിയുടെ വാഗ്ദാനം സർക്കാർ സ്വീകരിച്ചതിനെത്തുടർന്ന് ഗാന്ധി നേറ്റാളിലേക്കു പോകാൻ തീരുമാനിച്ചു. കസ്തൂർബയെയും മക്കളെയും ഫിനിക്സിലെ വീട്ടിലാക്കി ഗാന്ധി ആംബുലൻസ് സേനയ്ക്കൊപ്പം ചേർന്നു.

ഫിനിക്സ് റെയിൽവേ സ്റ്റേഷനിൽനിന്നും കുറെ അകലെയായിരുന്നു ഫിനിക്സ് ഫാം. അവിടേക്കുള്ള വഴി വളരെ മോശമായിരുന്നു.

കസ്തൂർബയും മക്കളും ഫിനിക്സിലെത്തുമ്പോൾ പത്തോളം കുടുംബങ്ങൾ അവിടെ പാർപ്പുറപ്പിച്ചിരുന്നു. അവരുടെ വീടുകളെ വീടെന്നു വിളിക്കാൻ കഴിയില്ല. ഇരുമ്പുഷീറ്റുകൊണ്ടും പുല്ലുകൊണ്ടും ഉണ്ടാക്കിയ കുടിലുകളായിരുന്നു അവ. ഗാന്ധിയുടെ കുടിൽ അല്പം വലുതായിരുന്നു എന്നു മാത്രം.

നിറയെ പാമ്പുകളുള്ള സ്ഥലമായിരുന്നു ഫിനിക്സ് ഫാം. വിഷമുള്ളതും ഇല്ലാത്തതുമായ നാലു പറമ്പിനെയെങ്കിലും കാണാത്ത ദിവസങ്ങൾ ഉണ്ടായിരുന്നില്ല. ഇത്തരം തീർത്തും പ്രതികൂലമായ സാഹചര്യത്തെ കസ്തൂർബ എങ്ങനെ നേരിട്ടു എന്നത് അതിശയകരമാണ്. ഗാന്ധിയോടൊപ്പം ദക്ഷിണാഫ്രിക്കയിലേക്കു വന്ന ബന്ധുക്കളായ മഖൻലാലിന്റെയും ഛഖൻലാലിന്റെയും ഭാര്യമാർ കൂടെയുള്ളതായിരുന്നു അവരുടെ ആശ്വാസം. കസ്തൂർബ ഫിനിക്സിലെത്തി ഏതാനും മാസത്തിനുള്ളിൽ മൂത്തമകൻ ഹരിലാലും ഭാര്യയും അവരോടൊപ്പം ചേർന്നു.

ബ്രഹ്മചര്യത്തിന്റെ വഴിയിൽ

മോഹൻദാസ് ഗാന്ധി മുഴുവൻ സമയ സാമൂഹ്യപ്രവർത്ത കനായി മാറുകയായിരുന്നു. ഒരു പൊതു പ്രവർത്തകൻ തന്റെ സ്വാർത്ഥവികാരങ്ങളിൽനിന്നും ആസക്തികളിൽനിന്നും മോചിതനാവണമെന്ന് അദ്ദേഹം വിശ്വസിച്ചു.

സുളു കലാപത്തിൽ ആംബുലൻസ് സേനയുമായി പ്രവർത്തിക്കുമ്പോഴാണ് ബ്രഹ്മചര്യം എന്ന ആശയം ഗാന്ധി യുടെ മനസ്സിൽ ശക്തമാവുന്നത്. ഫിനിക്സിൽ തിരിച്ചെത്തിയ അദ്ദേഹം ഇക്കാര്യത്തെക്കുറിച്ച് സഹപ്രവർത്തകരുമായി സംസാരിച്ചു. കസ്തൂർബയുടെ പ്രതികരണം ചോദിക്കാതെ യാണ് അദ്ദേഹം ബ്രഹ്മചര്യ തീരുമാനം കൈക്കൊണ്ടത്. ഗാന്ധിജി അതിനെക്കുറിച്ച് എഴുതുന്നത് ഇങ്ങനെയാണ്:

> വളരെ ആലോചിക്കുകയും ഗാഢമായി നിരൂപിക്കുകയും ചെയ്ത തിനുശേഷം 1906 ൽ ഞാൻ ബ്രഹ്മചര്യവ്രതം എടുത്തു. അതുവരെ എന്റെ ചിന്തകൾ ഞാൻ ഭാര്യയു മായി പങ്കുവച്ചിരുന്നില്ല. എന്നാൽ വ്രതമെടുക്കുന്ന സമ യത്ത് അവളുടെ അഭിപ്രായം ചോദിച്ചു. അവൾക്ക് യാതൊരു തടസ്സവും ഇല്ലായിരുന്നു.

കടുത്ത രക്തസ്രാവത്തിന്റെയും മറ്റു രോഗങ്ങളുടെയും പിടി

യിലായിരുന്ന കസ്തൂർബയ്ക്ക് ഗാന്ധിയുടെ തീരുമാനം ആശ്വാസകരമായി തോന്നിയിരിക്കണം. അവരുടെ മക്കളെല്ലാം മുതിർന്നിരുന്നു. മൂത്തമകൻ വിവാഹിതനുമായി.

ബ്രഹ്മചര്യവ്രതമെടുക്കുമ്പോൾ ഗാന്ധിക്കും കസ്തൂർബയ്ക്കും മുപ്പത്തിയേഴ് വയസ്സായിരുന്നു പ്രായം. ബ്രഹ്മചര്യത്തെക്കുറിച്ചുള്ള ചിന്തകൾ വളരെ മുൻപുതന്നെ ഗാന്ധിയുടെ മനസ്സിൽ വേരുറച്ചിരുന്നു. ഗാന്ധി ഇക്കാര്യങ്ങൾ ആത്മകഥയിൽ വിശദമായി പ്രസ്താവിക്കുന്നുണ്ട്. ഗാന്ധിജി എഴുതുന്നു.

> ഭാര്യയോടുള്ള വിശ്വസ്തത എനിക്കു സത്യത്തോടുള്ള സ്നേഹത്തിന്റെ ഭാഗം തന്നെയായിരുന്നു. എന്നാൽ ഭാര്യയോടുള്ള ബന്ധത്തിൽത്തന്നെ ബ്രഹ്മചര്യം ആചരിക്കുന്നതിന്റെ പ്രാധാന്യം ദക്ഷിണാഫ്രിക്കയിൽവെച്ചാണ് ഞാൻ മനസ്സിലാക്കിയത്.
>
> എനിക്കു കൂടുതൽ കുട്ടികൾ വേണ്ടെന്നു തോന്നുകയാൽ ആത്മനിയന്ത്രണത്തിനായി ഞാൻ ശ്രമിച്ചുതുടങ്ങി. ആ ഉദ്യമത്തിൽ അനന്തമായ ബുദ്ധിമുട്ടുകൾ ഉണ്ടായിരുന്നു. ഞങ്ങൾ പ്രത്യേകം കിടക്കകളിൽ ഉറങ്ങാൻ തുടങ്ങി. ഓരോ ദിവസത്തെയും ജോലി എന്നെ പൂർണ്ണമായി ക്ഷീണിപ്പിച്ചശേഷം ഉറങ്ങാൻ പോയാൽ മതിയെന്നു ഞാൻ തീരുമാനിച്ചു. ആ ശ്രമങ്ങൾ വളരെ ഫലവത്തായി തോന്നിയില്ല...
>
> ആ വ്രതമെടുത്തതിനുശേഷം നാളിതുവരെയുള്ള ഇരുപതുവർഷക്കാലങ്ങളിലേക്കു തിരിഞ്ഞുനോക്കുമ്പോൾ എന്റെ മനസ്സ് സന്തോഷംകൊണ്ടും വിസ്മയംകൊണ്ടും നിറയുന്നു. ഏറെക്കുറെ വിജയിച്ച ആത്മനിയന്ത്രണപരിശീലനം 1901 മുതൽ ഞാൻ നടത്തിയിരുന്നു. എന്നാൽ ഈ വ്രതം എടുത്തതിനുശേഷം എനിക്ക് അനുഭവപ്പെട്ട സ്വാതന്ത്ര്യവും സന്തോഷവും 1906 നു മുൻപ് ഒരിക്കലും അനുഭവപ്പെട്ടിരുന്നില്ല. ആ ദൃഢപ്രതിജ്ഞയ്ക്കുമുൻപ്

ഏതു നിമിഷവും പ്രലോഭനത്തിന് എന്നെ കീഴടക്കാമായിരുന്നു.

വിവിധ ജാതിമതവർണ്ണ വിഭാഗങ്ങളിൽപ്പെട്ട ആളുകൾ ഒരുമിച്ചു താമസിക്കുന്നതിന്റെ പരീക്ഷണങ്ങളുമായി കസ്തൂർബ ജോഹന്നാസ് ബർഗ്ഗിൽവച്ച് പരിചയപ്പെട്ടതായി നാം കണ്ടു. ഈ പരീക്ഷണങ്ങളുടെ വലിയ രൂപമായിരുന്നു ഫിനിക്സിലേത്.

ഫിനിക്സിൽ താമസിക്കുന്ന കുടുംബങ്ങൾക്ക് മൂന്ന് ഏക്കർ വീതം സ്ഥലം അനുവദിച്ചിരുന്നു. അതിലൊന്ന് ഗാന്ധിക്കും കിട്ടി. അവരവിടെ പഴവർഗ്ഗങ്ങളും മറ്റും കൃഷിചെയ്തു. കസ്തൂർബയുടെ രണ്ടാമത്തെ മകൻ മണിലാലിനായിരുന്നു അതിന്റെ നേതൃത്വം. നല്ല ആരോഗ്യമുള്ള പ്രകൃതമായിരുന്നു മണിലാലിന്റേത്. കൃഷി നടത്തുന്നതിലും വിളവെടുക്കുന്നതിലും മറ്റും മണിലാൽ നന്നായി അദ്ധ്വാനിച്ചു. യാതൊരു ധൂർത്തും അവിടെ അനുവദിച്ചിരുന്നില്ല. ലളിത ജീവിതമായിരുന്നു ഫിനിക്സിന്റെ മുഖമുദ്ര. വ്യത്യസ്ത സ്വഭാവക്കാരായ ആളുകൾ ഒരുമിച്ചു താമസിക്കുമ്പോൾ സംഘർഷം ഉണ്ടാവുക സ്വാഭാവികമാണ്. ഗാന്ധിയുടെ ഇടപെടലിൽ അതെല്ലാം ഒഴിവാക്കപ്പെട്ടു. ഫിനിക്സിലെത്തുമ്പോൾ എല്ലാ വീടുകളും സന്ദർശിക്കാനും എല്ലാവരുമായും ആശയവിനിമയം നടത്തുവാനും ഗാന്ധി ശ്രദ്ധിച്ചിരുന്നു.

സത്യഗ്രഹസമരം ശക്തിപ്പെട്ടപ്പോൾ ജയിലിലായ സത്യഗ്രഹികളുടെ ബന്ധുജനങ്ങളെ ഫിനിക്സിലെ വീടുകളിലാണ് താമസിപ്പിച്ചിരുന്നത്. അതിൽ പല ജാതിക്കാരും മതക്കാരുമുണ്ടായിരുന്നു. വളരെ മനഃപ്രയാസത്തോടെയാണ് പലരും മറ്റു സമുദായക്കാരെ തങ്ങളുടെ വീടുകളിൽ താമസിപ്പിച്ചിരുന്നത്. വളരെ യാഥാസ്ഥിതികരായിരുന്നു ഫിനിക്സിലെ താമസക്കാരിൽ പലരും.

സത്യഗ്രഹസമരവുമായും തന്റെ ഔദ്യോഗിക തിരക്കുകൾ കാരണവും ഗാന്ധി വല്ലപ്പോഴുമേ ഫിനിക്സിൽ എത്തിയിരുന്നുള്ളൂ. അതുകൊണ്ടുതന്നെ വീടിന്റെയും മക്കളുടെയും ഉത്തരവാദിത്വം പൂർണ്ണമായും കസ്തൂർബയ്ക്കായിരുന്നു. ഫിനി

ക്സിന്റെ പൊതുവായ പ്രവർത്തനങ്ങളിലും അവരുടെ ശ്രദ്ധ പതിഞ്ഞിരുന്നു.

ഫിനിക്സ് വളരെ പ്രശസ്തമായിരുന്നു. വർണ്ണ വിവേചനത്തിൽ അഭിമാനംകൊള്ളുന്ന ദക്ഷിണാഫ്രിക്കയിൽ ഇന്ത്യക്കാരും വെള്ളക്കാരും വിവിധ ജാതിമതസ്ഥരും ഒരുമിച്ച് ഒറ്റ സമൂഹമായി ജീവിക്കുന്നത് അപൂർവ്വമായ ഒരു കാഴ്ചയായി.

സത്യഗ്രഹസമരം

ട്രാൻസ്വാൾ പ്രവിശ്യയിലെ ഇന്ത്യൻ കുടിയേറ്റക്കാരോടുള്ള സർക്കാരിന്റെ വിവേചനത്തിനെതിരായ നിയമപോരാട്ടത്തിലായിരുന്നു ഗാന്ധി. ചില കേസുകളിൽ ശ്രദ്ധേയമായ വിജയം നേടാൻ ഇന്ത്യക്കാരുടെ അറ്റോർണിയായ ഗാന്ധിക്കു കഴിഞ്ഞു. പക്ഷേ, സർക്കാരിന്റെ വിവേചനംകൂടിവന്നതേയുള്ളൂ.

1906 ലെ പുതുവർഷം ഇന്ത്യക്കാർക്ക് കരിദിനമായിരുന്നു. അന്നുമുതൽ പതിനെട്ടുവയസ്സിനു മുകളിലുള്ള ഓരോ ഇന്ത്യക്കാരനും ഒരു പൗണ്ട് നികുതി അടയ്ക്കണമെന്ന നിയമം നിലവിൽ വന്നു. ഇതിലും കടുത്ത ഒരു നിയമനിർമ്മാണത്തിനുള്ള പുറപ്പാടിലായിരുന്നു ട്രാൻസ്വാൾ സർക്കാർ. പുതുതായി കൊണ്ടുവരുന്ന നിയമപ്രകാരം ട്രാൻസ്വാളിലെ മുഴുവൻ ഇന്ത്യക്കാരും പ്രത്യേകം രജിസ്ട്രേഷൻ എടുക്കുകയും രജിസ്ട്രേഷൻ സർട്ടിഫിക്കറ്റിൽ വിരലടയാളം പതിക്കുകയും വേണമായിരുന്നു.

പുതിയ നിയമത്തിന്റെ ആപത്തിനെക്കുറിച്ച് ഗാന്ധി *ഇന്ത്യൻ ഒപ്പീനിയ*നിൽ എഴുതുകയും ഇന്ത്യക്കാരുടെ യോഗങ്ങൾ വിളിച്ചുചേർത്ത് അവരെ ബോധവാന്മാരാക്കുകയും ചെയ്തു. തുടർന്ന് 1906 സെപ്തംബർ 11 ന് ജോഹന്നാസ്ബർഗ്ഗിൽ വിപുലമായ ഒരു സമ്മേളനം ചേരുകയും സർക്കാ

രിന്റെ പുതിയ നിയമനിർമ്മാണത്തിൽ പ്രതിഷേധം രേഖപ്പെടുത്തുകയും ചെയ്തു.

പുതിയ നിയമനിർമ്മാണത്തിൽ ഇന്ത്യൻ ജനതയുടെ ഉൽകണ്ഠ ബ്രിട്ടീഷ് അധികാരികളെ ബോദ്ധ്യപ്പെടുത്താൻ ഗാന്ധി ലണ്ടനിലേക്കു യാത്ര ചെയ്തു. 1906 ഒക്ടോബറിലാണ് ഗാന്ധി ലണ്ടനിലേക്കു പോയത്. 1907 ജനുവരിയിൽ ഗാന്ധി മടങ്ങിയെത്തി. ഇന്ത്യക്കാരുടെ പ്രതിഷേധം ശക്തമായി തുടർന്നെങ്കിലും 1907 ജൂലായ് ഒന്നു മുതൽ രജിസ്ട്രേഷൻ നിർബ്ബന്ധമാക്കിക്കൊണ്ടുള്ള നിയമം നിലവിൽ വന്നു.

പുതിയ നിയമത്തിനെതിരെ മുഴുവൻ ഇന്ത്യക്കാരെയും അണിനിരത്താൻ ഗാന്ധിക്കും സഹപ്രവർത്തകർക്കും കഴിഞ്ഞു. 1907 ജൂലൈ എട്ടിന് ജോഹന്നാസ്ബർഗ്ഗിൽ വീണ്ടും വലിയൊരു പൊതുസമ്മേളനം വിളിച്ചുചേർത്തു. നിയമം അനുസരിക്കാതെ സർക്കാരിനെതിരെ പ്രതിഷേധിക്കാൻ എല്ലാവരും തീരുമാനിച്ചു. ഗാന്ധി നേതൃത്വം കൊടുത്ത സമരം സമാധാനപരമായിരുന്നു. സമരത്തിന് ഗാന്ധി ‘സത്യഗ്രഹസമരം’ എന്നു പേരിട്ടു. സമരക്കാരെ സത്യഗ്രഹികൾ എന്നു വിളിച്ചു.

പുതിയ നിയമം അനുസരിച്ച് രജിസ്ട്രേഷൻ നടത്തേണ്ട അവസാനദിനം നവംബർ മുപ്പത് ആയിരുന്നു. ട്രാൻസ്‌വാളിലെ പതിമൂവായിരത്തിൽപ്പരംവരുന്ന ഇന്ത്യക്കാരിൽ 511 പേർ മാത്രമാണ് പേര് രജിസ്റ്റർ ചെയ്തിരുന്നത്. ഇതു സർക്കാരിന് വലിയ തിരിച്ചടിയായി. ഗാന്ധിയുടെ സമരത്തെ അവഗണിച്ച സർക്കാർ അതോടെ നിലപാട് കർശനമാക്കി. ഗാന്ധിയെയും സഹപ്രവർത്തകരെയും പൊലീസ് അറസ്റ്റ് ചെയ്തു. നാല്പത്തിയെട്ടു മണിക്കൂറിനകം ട്രാൻസ്‌വാൾ വിട്ടുപോകാൻ അവരോട് ആവശ്യപ്പെട്ടു. ആ ആവശ്യം ഗാന്ധി നിരസിച്ചു.

ഡിസംബർ ഇരുപത്തിയെട്ടിന് ഗാന്ധിയെയും മറ്റ് ഇരുപത്തിയെട്ട് സത്യഗ്രഹികളെയും കോടതിയിൽ ഹാജരാക്കി. ജോഹന്നാസ് ബർഗ്ഗിലെ ഏറ്റവും പ്രശസ്തനായ അറ്റോർണിയായിരുന്നു മോഹൻദാസ് ഗാന്ധി. കോടതിമുറി നിറഞ്ഞുകവിഞ്ഞിരുന്നു. നിയമം ബോധപൂർവ്വം ലംഘിച്ചതായും ലഭിക്കാ

വുന്ന പരമാവധി ശിക്ഷ നല്കണമെന്നും ഗാന്ധി കോടതിയോട് അഭ്യർത്ഥിച്ചു. കോടതികളുടെ ചരിത്രത്തിൽ ആദ്യമായിട്ടായിരിക്കും ഒരു പ്രതി തനിക്കുള്ള ശിക്ഷ ചോദിച്ചുവാങ്ങുന്നത്.

മജിസ്ട്രേറ്റ് ഗാന്ധിയെയും സഹപ്രവർത്തകരെയും രണ്ടു മാസത്തെ വെറും തടവിനു ശിക്ഷിച്ചു. അവരെ ജോഹന്നാസ്ബർഗ്ഗ് ജയിലിലേക്കു കൊണ്ടുപോയി.

ഫിനിക്സിൽ ഗാന്ധിയുടെ വീട്ടിൽ ചെറിയ ഒരു ആഘോഷത്തിന്റെ ഒരുക്കങ്ങൾ നടക്കുകയായിരുന്ന. കസ്തൂർബയുടെ പുത്രവധു ഏഴുമാസം ഗർഭിണിയായിരുന്നു. അതുമായി ബന്ധപ്പെട്ട ആഘോഷമായിരുന്നു അത്. എല്ലാവരും അതിന്റെ ആഹ്ലാദത്തിലായിരുന്നു. കസ്തൂർബ അതിഥികൾക്കെല്ലാം മധുരം നല്കി.

അപ്പോഴാണ് ഗാന്ധിയെ ജയിലിൽ അടച്ച വാർത്ത അറിഞ്ഞത്. ഒരു ഞെട്ടലോടെയാണ് കസ്തൂർബ ആ വാർത്ത കേട്ടത്. എന്തോ ഒരു വൻ അപകടം വന്നുപെട്ടതുപോലെ തോന്നി അവർക്ക്. കാരണം ദക്ഷിണാഫ്രിക്കയിലെ ജയിലുകളെക്കുറിച്ച് ഭയാനകമായ ഒരു ചിത്രമാണ് അക്കാലത്ത് പ്രചരിച്ചിരുന്നത്. അതിൽ ശരിയുമുണ്ടായിരുന്നു.

കസ്തൂർബ പ്രാർത്ഥനകളിൽ മുഴുകി.

പ്രക്ഷോഭത്തിന്റെ തീച്ചൂളയിൽ

ജനറൽ സ്മട്സുമായി ഉണ്ടാക്കിയ ധാരണയുടെ ഭാഗമായി ഗാന്ധി ജയിൽമോചിതനായി. തുടർന്നുചേർന്ന ഇന്ത്യക്കാരുടെ പൊതുയോഗത്തിൽ ധാരണയിലെ വ്യവസ്ഥകൾ ഗാന്ധി വിശദീകരിച്ചു. എല്ലാ ഇന്ത്യക്കാരും സ്വമേധയാ പേര് രജിസ്റ്റർ ചെയ്യും. അതിനുശേഷം സർക്കാർ നിയമം പിൻവലിക്കും. ഇതായിരുന്നു ധാരണ.

ഗാന്ധിയും ജനറൽ സ്മട്സും തമ്മിലുണ്ടാക്കിയ ധാരണയിൽ ഒരു വിഭാഗം ആളുകൾക്ക് അതൃപ്തി ഉണ്ടായിരുന്നു. ഗാന്ധി ഇന്ത്യക്കാരെ ഒറ്റുകൊടുത്തതായി അവർ ആക്ഷേപിച്ചു. കുപിതരായ ഏതാനും പത്താന്മാർ ഗാന്ധിയെ ആക്രമിച്ചു പരിക്കേല്പിച്ചു. ഡർബനിൽ വെച്ചും ഗാന്ധിക്കുനേരെ ആക്രമണമുണ്ടായി.

ജയിൽവാസത്തിനുശേഷം ഗാന്ധി ഫിനിക്സിൽ വന്നു. ഭർത്താവിനെതിരെ നടന്ന ആക്രമണങ്ങൾ കസ്തൂർബയെ ഭയപ്പെടുത്തി. ഗാന്ധി കസ്തൂർബയെയും മക്കളെയും ആശ്വസിപ്പിച്ചു. ഇക്കാലത്ത് ഫിനിക്സിലെ ഗാന്ധിഗൃഹത്തിൽ ആഹ്ലാദകരമായ ഒരു കാര്യം നടന്നിരുന്നു. ഹരിലാലിന്റെ ഭാര്യ ഗുലാബിന് ഒരു പെൺകുഞ്ഞ് പിറന്നതായിരുന്നു അത്. കസ്തൂർബ

അമ്മൂമ്മയായി. കുഞ്ഞിന് റാമി എന്നു പേരിട്ടു.

ഗാന്ധിക്ക് വിശ്രമിക്കാൻ സമയമില്ലായിരുന്നു. അദ്ദേഹം ജോഹന്നാസ് ബർഗ്ഗിലേക്കു തിരിച്ചുപോയി.

ജനറൽ സ്മട്സുമായുണ്ടാക്കിയ ധാരണപ്രകാരം ഭൂരിപക്ഷം ഇന്ത്യക്കാരും സ്വമേധയാ രജിസ്റ്റർ ചെയ്തു. എന്നാൽ സ്മട്സ് ധാരണയിൽനിന്നു പിന്തിരിയുകയും നിയമം പിൻവലിക്കാൻ കഴിയില്ലെന്നു പ്രഖ്യാപിക്കുകയും ചെയ്തു. കൂടാതെ പുതിയൊരു കുടിയേറ്റ നിയമം കൊണ്ടുവന്ന് ഇന്ത്യക്കാരുടെ സ്വാതന്ത്ര്യം പൂർണ്ണമായും തടയുകയും ചെയ്തു. താൻ വഞ്ചിക്കപ്പെട്ടതായി ഗാന്ധിക്കു തോന്നി. അദ്ദേഹം സഹപ്രവർത്തകരുമായി ആലോചിച്ചു. സ്വമേധയാ പേര് രജിസ്റ്റർ ചെയ്ത ഇന്ത്യക്കാരിൽനിന്നും രജിസ്ട്രേഷൻ സർട്ടിഫിക്കറ്റുകൾ ശേഖരിക്കുവാനും കൂട്ടമായി കത്തിച്ചുകൊണ്ട് സർക്കാർ നയത്തിൽ പ്രതിഷേധിക്കാനും അവർ തീരുമാനിച്ചു. ആഗസ്റ്റ് പതിനാറിന് വൈകുന്നേരം പ്രിട്ടോറിയയിലെ ഹമീദിയ പള്ളിക്കു സമീപം ചേർന്ന സമ്മേളനത്തിൽ രജിസ്ട്രേഷൻ സർട്ടിഫിക്കറ്റുകൾ തീക്കൂനയിൽ എറിഞ്ഞുകൊണ്ട് ഇന്ത്യൻ ജനത തങ്ങളുടെ പ്രതിഷേധം രേഖപ്പെടുത്തി. നിയമം ലംഘിക്കാനും സത്യഗ്രഹ സമരം ശക്തിപ്പെടുത്താനും തീരുമാനിച്ചു. ഗാന്ധിയെ മുൻപ് ആക്രമിച്ച മീർ ആലം എന്നയാൾ ഈ യോഗത്തിൽവച്ച് ഗാന്ധിയോടു പരസ്യമായി മാപ്പുചോദിച്ചു.

സർട്ടിഫിക്കറ്റുകൾ കത്തിച്ചുകൊണ്ട് ഇന്ത്യക്കാർ നടത്തിയ പ്രതിഷേധത്തെ ജോഹന്നാസ് ബർഗ്ഗിലെ ഇന്ത്യക്കാരുടെ "ബോസ്റ്റൺ ടീപാർട്ടി" എന്നാണ് ലണ്ടനിലെ *ഡെയ്‌ലി മെയിൽ* എന്ന പത്രം വിശേഷിപ്പിച്ചത്.

പുതിയ കുടിയേറ്റ നിയമപ്രകാരം രജിസ്റ്റർ ചെയ്യാത്ത ഇന്ത്യക്കാർക്ക് ട്രാൻസ്‌വാൾ പ്രവിശ്യയിൽ പ്രവേശിക്കാൻ അവകാശമില്ലായിരുന്നു. ഈ നിയമം അനുസരിക്കാതിരിക്കുകയും ജയിൽശിക്ഷ ഏറ്റുവാങ്ങുകയുമായിരുന്നു സത്യഗ്രഹസമരത്തിന്റെ രീതി. ഈ ഉദ്ദേശ്യത്തോടെ നേറ്റാളിൽനിന്നും അനേകം ഇന്ത്യക്കാർ ട്രാൻസ്‌വാളിലെത്തുകയും അറസ്റ്റ് വരിക്കുകയും ചെയ്തു. ഇതിലൊരാൾ ഗാന്ധിയുടെ മകൻ ഹരിലാലായിരു

ന്നു. രജിസ്ട്രേഷൻ സർട്ടിഫിക്കറ്റില്ലാതെ ജോഹന്നാസ്ബർഗ്ഗിൽ പഴങ്ങൾ വില്പന നടത്തിയാണ് ഹരിലാൽ അറസ്റ്റ് വരിച്ചത്. ഹരിലാലിനെ ഒരാഴ്ചത്തെ കഠിനതടവിനു ശിക്ഷിച്ചു. തടവുകഴിഞ്ഞ ഹരിലാലിനോടു ട്രാൻസ്‌വാൾ വിട്ടുപോകാൻ അധികാരികൾ ആവശ്യപ്പെട്ടു. അതിനു വിസമ്മതിച്ച ഹരിലാലിനെ ഒരു മാസത്തെ കഠിനതടവിന് വീണ്ടും ശിക്ഷിച്ചു. ഹരിലാലിനുവേണ്ടി കോടതിയിൽ ഹാജരായത് ഗാന്ധി തന്നെയായിരുന്നു. ശിക്ഷ കഴിഞ്ഞ ഹരിലാലിനെ ട്രാൻസ്‌വാളിൽനിന്നും പുറത്താക്കി.

സത്യഗ്രഹസമരവും അറസ്റ്റുകളും തുടർന്നു. ഇന്ത്യക്കാരുടെ ആവശ്യങ്ങൾ അധികൃതർ നിരസിച്ചു. ഒക്ടോബർ ഏഴിന് ഗാന്ധിയെയും ഏതാനും സത്യഗ്രഹികളെയും രജിസ്ട്രേഷൻ സർട്ടിഫിക്കറ്റില്ലാതെ ട്രാൻസ്‌വാളിൽ പ്രവേശിക്കാൻ ശ്രമിച്ചതിന് അറസ്റ്റ് ചെയ്തു. വോൾക്രസ്റ്റ് ജയിലിലേക്കാണ് സത്യഗ്രഹികളെ കൊണ്ടുപോയത്.

ഗാന്ധി ജയിലിലായ സമയത്ത് ഫിനിക്സിൽ കസ്തൂർബ രോഗത്തോടു മല്ലടിക്കുകയായിരുന്നു. കസ്തൂർബയുടെ രോഗവിവരമറിഞ്ഞ് ഗാന്ധി ദുഃഖിച്ചു. പക്ഷേ, പിഴയൊടുക്കി ജയിൽമോചിതനാവാൻ ഗാന്ധി വിസമ്മതിച്ചു. അമ്മയെ പരിചരിക്കാൻ നിർദ്ദേശം നല്കി ഗാന്ധി മക്കൾക്കു കത്ത് അയച്ചു. കസ്തൂർബയ്ക്കും പ്രത്യേകം കത്തെഴുതി.

1908 നവംബർ ഒൻപതിന് എഴുതിയ ആ കത്ത് ഇപ്രകാരമായിരുന്നു.

"പ്രിയ കസ്തൂർ,

നിന്റെ രോഗവിവരം കാണിച്ച് മിസ്റ്റർ വെസ്റ്റ് അയച്ച കമ്പി എനിക്കിന്നു ലഭിച്ചു. ഞാൻ അതിയായി ദുഃഖിക്കുന്നു. എന്നാൽ നിന്റെ അടുത്തുവന്ന് നിന്നെ പരിചരിക്കാൻ കഴിയുന്ന അവസ്ഥയിലല്ല ഞാൻ. എന്റേതായ എല്ലാം സത്യഗ്രഹസമരത്തിനായി നീക്കിവച്ചുകഴിഞ്ഞു. ഞാനവിടെ എത്തുക എന്നതു ചിന്തനീയമല്ല. പിഴ അടച്ചാൽ മാത്രമേ എനിക്കവിടെ വരാൻ കഴിയൂ. അതുപക്ഷേ, ഞാൻ ചെയ്യില്ല. നീ ധൈര്യം സംഭരിക്കു

കയും ആവശ്യമായ പോഷകാഹാരങ്ങൾ കഴിക്കുകയും ചെയ്താൽ സുഖം പ്രാപിക്കും. ഇനിയൊരുപക്ഷേ, നിർഭാഗ്യവശാൽ നീ മരണപ്പെടുകയാണെങ്കിൽ, ഞാൻ ജീവിച്ചിരിക്കെ നീയെന്നിൽനിന്നും പിരിഞ്ഞുപോവുകയാണെങ്കിൽ ഞാനതിൽ കുറ്റം വിചാരിക്കില്ല. ഞാൻ നിന്നെ അതിയായി സ്നേഹിക്കുന്നു. ഒരുപക്ഷേ, നീ മരണപ്പെട്ടാലും നീ എന്നോടൊപ്പം ജീവിക്കും – നിന്റെ ആത്മാവിന് മരണമുണ്ടാവില്ല. അഥവാ നീ നിന്റെ രോഗത്തിനു കീഴടങ്ങുകയാണെങ്കിൽ മുൻപ് പലപ്പോഴും നിന്നോടു പറഞ്ഞിരുന്നതുപോലെ ഞാൻ വീണ്ടും വിവാഹം കഴിക്കില്ലെന്ന് ഇപ്പോഴും ആവർത്തിക്കുന്നു. ദൈവത്തിൽ വിശ്വാസമർപ്പിച്ച് ശാന്തമായി നീ നിന്റെ അന്ത്യശ്വാസം വലിക്കണമെന്നു ഞാൻ പല അവസരങ്ങളിലും നിന്നോടു പറഞ്ഞിട്ടുള്ളതാണ്. നീ മരിക്കുകയാണെങ്കിൽ ആ മരണം പോലും സത്യഗ്രഹത്തിനുവേണ്ടിയുള്ള വലിയൊരു ത്യാഗമായിരിക്കും. എന്റെ സമരം രാഷ്ട്രീയലക്ഷ്യത്തിനുവേണ്ടി മാത്രമുള്ളതല്ല. ഇതു മതപരവും കൂടിയാണ്. അതുകൊണ്ടുതന്നെ വിശുദ്ധവുമാണ്. ഒരാൾ മരിക്കുമോ ജീവിക്കുമോ എന്നത് ഇവിടെ ഒരു വിഷയമല്ല. ഇതേപോലെ നീയും ചിന്തിക്കുമെന്നും ഒരിക്കലും അസന്തുഷ്ടയാവില്ലെന്നും ഞാൻ ആഗ്രഹിക്കുകയും പ്രതീക്ഷിക്കുകയും ചെയ്യുന്നു. ഞാൻ നിന്നോട് ആവശ്യപ്പെടുന്നതും ഇതു മാത്രമാണ്."

1908 ഡിസംബർ 12 ന് ഗാന്ധിയെ വിട്ടയച്ചു. ഫിനിക്സിൽ രോഗിയായ കസ്തൂർബയും മക്കളും ഗാന്ധി തിരിച്ചുവരുന്നതു കാത്തിരുന്നു.

മരണം വഴിമാറുന്നു

ഗാന്ധിയുടെ അസാന്നിദ്ധ്യത്തിൽ ഫിനിക്സിലെ കാര്യങ്ങൾ കസ്തൂർബ ഭംഗിയായി നിർവ്വഹിച്ചു വന്നു. എല്ലായിടത്തും അവരുടെ കണ്ണുകളെത്തി. രണ്ടാമത്തെ മകൻ മണിലാലായിരുന്നു അവരുടെ പിൻബലം.

അതേസമയം അവരുടെ ശാരീരിക അവശതകൾ കൂടിവന്നു. കടുത്ത രക്തസ്രാവമായിരുന്നു കസ്തൂർബയുടെ പ്രധാന രോഗം. 1908 ഒക്ടോബർ മാസത്തിൽ കസ്തൂർബയുടെ അസുഖം വളരെ കൂടി. ജയിലിൽനിന്ന് ഗാന്ധി എഴുതിയ കത്ത് വായിച്ചുകേട്ട് കസ്തൂർബയുടെ കണ്ണുകൾ നിറഞ്ഞു.

ജയിൽവാസം കഴിഞ്ഞ് ഫിനിക്സിലെത്തിയ ഗാന്ധി കണ്ടത് വളരെ അവശയായി കിടക്കുന്ന കസ്തൂർബയെ ആണ്. അവരുടെ ശരീരം വല്ലാതെ ശോഷിക്കുകയും ക്ഷീണിക്കുകയും ചെയ്തിരുന്നു. ഗാന്ധി കസ്തൂർബയെ ഡർബനിലെ ഡോക്ടർ നാൻജിയുടെ അടുത്തുകൊണ്ടുപോയി. കസ്തൂർബയ്ക്ക് അടിയന്തിര ശസ്ത്രക്രിയയാണ് ഡോക്ടർ നിർദ്ദേശിച്ചത്. കസ്തൂർബയുടെ ശാരീരികസ്ഥിതിവെച്ച് അവർക്ക് അനസ്തീഷ്യ നല്കാൻ കഴിയില്ലായിരുന്നു. അനസ്തീഷ്യ നല്കാതെ തന്നെ ഓപ്പറേഷൻ നടത്തി. വേദന മുഴുവൻ

കസ്തൂർബ സഹിച്ചു. ഓപ്പറേഷൻ വിജയകരമായിരുന്നു. ഡോക്ടറുടെ നിർബന്ധപ്രകാരം കസ്തൂർബയെ ഡോക്ടറുടെ പരിചരണത്തിൽവിട്ട് ഗാന്ധി ജോഹന്നാസ് ബർഗ്ഗിലേക്കു പോയി. പക്ഷേ, ഏതാനും ദിവസങ്ങൾ കഴിഞ്ഞപ്പോൾ കസ്തൂർബയുടെ സ്ഥിതി മോശമായി. രോഗിയുടെ ആരോഗ്യം വീണ്ടെടുക്കാൻ ബീഫ് (ഗോമാംസരസായനം) നല്കാൻ ഡോക്ടർ തീരുമാനിച്ചു. ഈ വിവരം അദ്ദേഹം ഗാന്ധിയെ അറിയിച്ചു. അതിന് ക്സതൂർബയുടെ അനുമതി വാങ്ങണമെന്നും താൻ വന്നിട്ടേ തീരുമാനമെടുക്കാവൂ എന്നും ഗാന്ധി അറിയിച്ചു. ഗാന്ധി ഉടനെ ഡർബനിലേക്കു തിരിക്കുകയും ചെയ്തു.

ഡോക്ടറും ഗാന്ധിയും തമ്മിൽ കടുത്ത വാദപ്രതിവാദം നടന്നു. ഗാന്ധി കസ്തൂർബയുടെ അഭിപ്രായം ചോദിച്ചു. തന്റെ എല്ലാ അവശതയിലും കസ്തൂർബ ഇങ്ങനെ പറഞ്ഞു:

"ഞാൻ ബീഫ് ടീ കഴിക്കില്ല. ഈ ലോകത്തിൽ മനുഷ്യനായി ജനിക്കുക എന്നത് ഒരു ദുർല്ലഭമായ കാര്യമാണ്. അത്തരം അറപ്പുള്ള വസ്തുക്കൾ കഴിച്ച് എന്റെ ശരീരത്തെ മലിനമാക്കുന്നതിലും എനിക്കിഷ്ടം നിങ്ങളുടെ കൈകളിൽക്കിടന്നു മരിക്കുന്നതാണ്."

ഗാന്ധി കസ്തൂർബയെ നിർബ്ബന്ധിച്ചു. പക്ഷേ, അവർ ഉറപ്പിച്ചു പറഞ്ഞു:

"ഇല്ല കഴിക്കില്ല. എന്നെ ഇവിടെനിന്നും ഉടനെ കൊണ്ടുപോവുക."

ഡോക്ടറുടെ സ്നേഹപുരസ്സരമുള്ള ശാസനകൾ അവഗണിച്ച് ഗാന്ധി കസ്തൂർബയെ വീട്ടിലേക്കു കൊണ്ടുപോയി. ഫിനിക്സ് റെയിൽവേ സ്റ്റേഷനിൽനിന്നും വീടുവരെ കസ്തൂർബയെ ഒരു മഞ്ചലിൽ ചുമക്കുകയായിരുന്നു.

കസ്തൂർബയെ ഗാന്ധി തന്നെ ശുശ്രൂഷിച്ചു. തന്റെ മുറിവൈദ്യമായ ജലചികിത്സയും മറ്റും ഗാന്ധി കസ്തൂർബയിൽ പ്രയോഗിച്ചു. ക്രമേണ കസ്തൂർബയുടെ ആരോഗ്യം മെച്ചപ്പെട്ടു.

അസാധാരണമായ സഹനശക്തിയും ധൈര്യവുംകൊണ്ടാണ് കസ്തൂർബ രോഗാവസ്ഥയെ തരണം

ചെയ്തത്. അതിനു മുൻപിൽ മരണം തോറ്റുമടങ്ങുകയായിരുന്നു.

ഏതാനും ദിവസംകഴിഞ്ഞ് ഗാന്ധിയുടെ വീട്ടിൽ ഒരു സന്ന്യാസി വന്നു. അദ്ദേഹം ബീഫ് ടീ കഴിക്കുന്നതിൽ അധാർമ്മികമായി ഒന്നുമില്ലെന്ന് പ്രമാണങ്ങൾ ഉദ്ധരിച്ചുകൊണ്ടു ന്യായീകരിച്ചു. അപ്പോൾ കസ്തൂർബ പറഞ്ഞു:

"സ്വാമിജി, അങ്ങ് എന്തുപറഞ്ഞാലും ബീഫ് ടീ കഴിച്ച് ആരോഗ്യം വീണ്ടെടുക്കാൻ എനിക്ക് ആഗ്രഹമില്ല. ദയവായി എന്നെ കൂടുതൽ ബുദ്ധിമുട്ടിക്കരുത്. അങ്ങേയ്ക്ക് എന്റെ ഭർത്താവും മക്കളുമായി ഇതിനെക്കുറിച്ചു വേണമെങ്കിൽ വാദിക്കാം. എന്നാൽ എന്റേത് ദൃഢനിശ്ചയമാണ്."

ഏതാനും ദിവസങ്ങൾ കഴിഞ്ഞപ്പോൾ കസ്തൂർബയ്ക്ക് അസുഖം തിരിച്ചുവന്നു. രക്തസ്രാവം വർദ്ധിച്ചു. എന്തുചെയ്യണമെന്നറിയാതെ കുഴങ്ങിയ ഗാന്ധി തന്റെ മുറിവൈദ്യത്തിൽത്തന്നെ പ്രതീക്ഷയർപ്പിച്ചു. കസ്തൂർബയ്ക്ക് അതിൽ വിശ്വാസമില്ലായിരുന്നു. വീണ്ടും ഡോക്ടറെ സമീപിക്കാനും അവർ തയ്യാറായില്ല.

ജലചികിത്സ ഫലിക്കാതായപ്പോൾ ഭക്ഷണത്തിൽ ചില പരിഷ്കാരങ്ങൾ വരുത്താൻ ഗാന്ധി നിശ്ചയിച്ചു. ഉപ്പും പയറുവർഗ്ഗങ്ങളും ഉപേക്ഷിക്കാൻ ഗാന്ധി കസ്തൂർബയെ നിർബ്ബന്ധിച്ചു. കസ്തൂർബ അത് അംഗീകരിച്ചില്ല. ഉപ്പും പയറും ഉപേക്ഷിക്കാൻ ആർക്കും കഴിയില്ലെന്നായിരുന്നു അവരുടെ അഭിപ്രായം. അതു കേട്ടപ്പോൾ താൻ ഒരു വർഷത്തേക്ക് ഉപ്പും പയറുവർഗ്ഗങ്ങളും അടങ്ങുന്ന ഭക്ഷണം ഉപേക്ഷിക്കുകയാണെന്ന് ഗാന്ധി പ്രതിജ്ഞ ചെയ്തു. ഗാന്ധിയുടെ സ്വഭാവമറിയാവുന്ന കസ്തൂർബ പറഞ്ഞു:

"ദയവായി എന്നോടു ക്ഷമിക്കൂ. നിങ്ങളെ അറിഞ്ഞുകൊണ്ട് ഞാനിങ്ങനെ പ്രകോപനം ഉണ്ടാക്കരുതായിരുന്നു. ഈ സാധനങ്ങൾ കഴിക്കില്ലെന്ന് ഞാനിതാ വാക്കുതരുന്നു. എന്നാൽ ദൈവത്തെ ഓർത്ത് നിങ്ങളുടെ പ്രതിജ്ഞ പിൻവലിക്കൂ. എനിക്കതു താങ്ങാനാവില്ല."

ഗാന്ധി പ്രതിജ്ഞയിൽനിന്നു പിന്മാറിയില്ല. ഗാന്ധി

പറഞ്ഞു: "നീ എന്റെ കാര്യം വിടുക. അത് എനിക്ക് ഒരു പരിരക്ഷയും നിനക്ക് പ്രതിജ്ഞാപാലനത്തിനുള്ള ഒരു ധാർമ്മിക പിന്തുണയും ആയിരിക്കും." ഇതുകേട്ട കസ്തൂർബ പരിഭവപ്പെട്ടു.

"നിങ്ങൾ വല്ലാത്ത പിടിവാശിക്കാരനാണ്. നിങ്ങൾ ആരെയും കൂട്ടാക്കില്ല."

തന്റെ ജീവിതത്തിലെ ഏറ്റവും മധുരമുള്ള ഓർമ്മകളിലൊന്നാണിതെന്ന് ഗാന്ധിജി ആത്മകഥയിൽ പറയുന്നു. സത്യഗ്രഹത്തിന്റെ ഒരു ഉദാഹരണമായും ഈ സംഭവത്തെ ഗാന്ധിജി എടുത്തു കാട്ടുന്നു.

എന്തായാലും ഈ സംഭവത്തിനുശേഷം കസ്തൂർബയുടെ രോഗം ഭേദമായി. രക്തസ്രാവം പൂർണ്ണമായി നിന്നു. അവർ ആരോഗ്യം വീണ്ടെടുത്തു.

ഹരിലാലിന്റെ പിണക്കം

സത്യഗ്രഹസമരത്തിലെ മികച്ച ഒരു പോരാളിയായിരുന്നു ഗാന്ധിയുടെ മകൻ ഹരിലാൽ. ഹരിലാലിന്റെ അറസ്റ്റും ജയിൽവാസവും ഗാന്ധിയെ വളരെയധികം സന്തോഷിപ്പിച്ചിരുന്നു. ഗാന്ധി ടോൾസ്റ്റോയിക്ക് എഴുതിയ കത്തിൽ മകന്റെ ജയിൽവാസത്തെക്കുറിച്ച് പ്രതിപാദിക്കുന്നുണ്ട്. 1908 ജൂലായ് മാസത്തിനും 1911 ജനുവരി മാസത്തിനുമിടയിൽ ഇരുപതുമാസത്തോളം ഹരിലാൽ ദക്ഷിണാഫ്രിക്കയിലെ വിവിധ ജയിലുകളിലായിരുന്നു. ഇതിൽ ആറുമാസം വീതമുള്ള രണ്ട് കഠിനതടവും ഉൾപ്പെടുന്നു.

ഫിനിക്സിലെ ജീവിതസാഹചര്യങ്ങൾ ഹരിലാലിന് അസഹ്യമായിരുന്നു. പിതാവിന്റെ പല കാഴ്ചപ്പാടുകളോടും ആ യുവാവിന് കടുത്ത അതൃപ്തി ഉണ്ടായിരുന്നു. ഫിനിക്സിലെ സമപ്രായക്കാരുടെ ഇടയിൽ വല്ലാത്തൊരു സങ്കോചത്തോടെയാണ് ഹരിലാൽ ജീവിച്ചിരുന്നത്. അവിടെ അവസാനപരിഗണനയാണ് ഗാന്ധി തന്റെ മക്കൾക്ക് നല്കിയിരുന്നത്.

ഗാന്ധിയുടെയും കസ്തൂർബയുടെയും അനുവാദത്തോടെയായിരുന്നില്ല ഹരിലാലിന്റെ വിവാഹം. ഗാന്ധിയുടെ ജ്യേഷ്ഠൻ ലക്ഷ്മീദാസാണ് ഹരിലാലിന്റെ വിവാഹം നടത്തിയത്.

ശൈശവ വിവാഹത്തിന് ഗാന്ധി എതിരായിരുന്നു. തന്റെ അനുവാദം കൂടാതെ ഹരിലാലിന്റെ വിവാഹം നിശ്ചയിച്ചതിൽ ഗാന്ധിക്ക് കടുത്ത അമർഷമുണ്ടായിരുന്നു. അക്കാര്യം അദ്ദേഹം ജ്യേഷ്ഠനെ എഴുതി അറിയിക്കുകയും ചെയ്തു. എങ്കിലും വിവാഹശേഷം മകനും ഭാര്യയും ദക്ഷിണാഫ്രിക്കയിൽ വരുന്നതിന് ഗാന്ധി അനുവാദം നല്കി.

ഫിനിക്സിലെ ജീവിതവും അവഗണനകളും യുവാവായ ഹരിലാൽ സഹിക്കുകയും അതെല്ലാം സത്യഗ്രഹസമരത്തിലൂടെ മറികടക്കാൻ ശ്രമിക്കുകയും ചെയ്തു.

ഗാന്ധി തന്റെ മക്കൾക്ക് ഔപചാരിക വിദ്യാഭ്യാസം നല്കിയിരുന്നില്ല. ഉയർന്നനിലയിൽ പഠിക്കണമെന്ന ആഗ്രഹം ഹരിലാലിനുണ്ടായിരുന്നു. ലണ്ടനിൽപ്പോയി ബാരിസ്റ്റർ ബിരുദം നേടണമെന്ന ആഗ്രഹം ഹരിലാലിന്റെ മനസ്സിൽ ശക്തമായിരുന്നു.

വക്കീൽപ്പണി ഉപേക്ഷിച്ച് സമരരംഗത്തിറങ്ങിയ ഗാന്ധിക്ക് ലണ്ടനിലെ ഒരു ഇന്ത്യക്കാരനിൽനിന്നും ഒരു സ്കോളർഷിപ്പ് ലഭിച്ചു. ഗാന്ധി നിശ്ചയിക്കുന്ന ഒരാൾക്ക് ലണ്ടനിൽ ഉന്നതപഠനത്തിനുള്ള അവസരമായിരുന്നു ആ സ്കോളർഷിപ്പ്. ഗാന്ധിയുടെ മൂത്തമക്കളിൽ ഒരാൾക്കു വേണ്ടിയായിരുന്നു സ്കോളർഷിപ്പ് നിശ്ചയിച്ചിരുന്നത്. എന്നാൽ ബന്ധുവായ ചഖൻലാലിനെയാണ് ഗാന്ധി അതിനു തെരഞ്ഞെടുത്തത്. സാമൂഹ്യസേവനത്തിനു സ്വയം അർപ്പിച്ച താൻ മറ്റുള്ളവരിൽനിന്നും എന്തെങ്കിലും സൗജന്യം പറ്റുന്നത് അനുചിതമായിരിക്കുമെന്ന വിശ്വാസത്തിലാണ് ഗാന്ധി അപ്രകാരമൊരു തീരുമാനമെടുത്തത്.

താൻ ഒഴിവാക്കപ്പെട്ടതിൽ ഹരിലാൽ അതിയായി ദുഃഖിച്ചു. ഈ ദുഃഖം അമ്മയുടെ മുൻപിൽ ഹരിലാൽ പ്രകടിപ്പിക്കുകയും ചെയ്തു. നിരാശനായ ഹരിലാൽ ജോഹന്നാസ് ബർഗ്ഗിൽ ചെന്ന് അറസ്റ്റ് വരിച്ച് ജയിലിൽ പോയി.

ജയിൽ മോചിതനായ ഹരിലാൽ നാട്ടിൽ തിരിച്ചുപോകാൻ താല്പര്യപ്പെട്ടു. ഹരിലാലിന്റെ ഭാര്യ ഗുലാബും മകളും നേരത്തെ തന്നെ ഇന്ത്യയിലേക്കു പോയിരുന്നു. ഗുലാബ് വീണ്ടും ഗർഭിണിയായിരുന്നു. പക്ഷേ, ഗാന്ധി ഹരിലാലിന്

അതിനുള്ള അനുമതി നല്കിയില്ല.

ചഖൻലാൽ ലണ്ടനിലെ പഠനം ഉപേക്ഷിച്ച് തിരിച്ചുവന്നപ്പോൾ ഹരിലാലിനു പ്രതീക്ഷ വർദ്ധിച്ചു. എന്നാൽ ഇത്തവണയും അയാൾക്ക് ഭാഗ്യമുണ്ടായില്ല. തുടർച്ചയായി അവഗണിക്കപ്പെട്ടതിൽ ഹരിലാലിന് കടുത്ത ദുഃഖം തോന്നി. അച്ഛനും മകനുമിടയിൽ അകല്ച്ച വർദ്ധിച്ചു.

അന്നവർ ടോൾസ്റ്റോയി ഫാമിലായിരുന്നു താമസിച്ചിരുന്നത്.

ഒരുദിവസം അച്ഛനോടുള്ള തന്റെ അമർഷം ഒരു കടലാസിൽ എഴുതിവച്ച് ഹരിലാൽ ടോൾസ്റ്റോയി ഫാം വിട്ടു. അച്ഛനുമായി എല്ലാ ബന്ധവും അവസാനിപ്പിക്കാൻ സമയമായതായി ഈ കത്തിൽ ഹരിലാൽ എഴുതി.

ഹരിലാലിന്റെ മനസ്സ് നീറുന്നത് കസ്തൂർബ അറിയുന്നുണ്ടായിരുന്നു. മകൻ പോയതറിഞ്ഞ് അവർ വേവലാതിപ്പെട്ടു. അച്ഛന് തങ്ങളെക്കുറിച്ച് യാതൊരു ശ്രദ്ധയുമില്ലെന്ന മകന്റെ വാക്കുകൾ അവർ ഓർമ്മിച്ചു.

ഹരിലാൽ ഇന്ത്യയിലേക്കുള്ള യാത്രയിൽ മൊസാംബിക്കിൽ എത്തിയതായി വിവരം ലഭിച്ചതിനെത്തുടർന്ന് ഗാന്ധിയുടെ സുഹൃത്തായ കല്ലൻബാക്ക് അങ്ങോട്ടുപോവുകയും ഹരിലാലിനെ അനുനയിപ്പിച്ച് തിരിച്ചുകൊണ്ടുവരുകയും ചെയ്തു.

തിരിച്ചുവന്ന ഹരിലാലും പിതാവും തമ്മിൽ ദീർഘമായി സംസാരിച്ചു. രണ്ടുപേരും തർക്കിച്ചു. കസ്തൂർബ അതെല്ലാം കണ്ടുനിന്നു. ഇന്ത്യയിലേക്കു തിരിച്ചുപോവുക എന്ന കാര്യത്തിൽ ഹരിലാൽ ഉറച്ചുനിന്നു. കസ്തൂർബയും അതായിരിക്കണം ആഗ്രഹിച്ചത്.

മകന്റെ ആവശ്യത്തിനു ഗാന്ധി വഴങ്ങി. ഹരിലാലിനെ നാട്ടിലേക്ക് അയയ്ക്കാനും അവിടെ പഠനം തുടരാനും ഗാന്ധി സമ്മതിച്ചു. ഹരിലാൽ അമ്മയോടു യാത്ര ചോദിച്ചു. ഗാന്ധിയും ഹരിലാലും ടോൾസ്റ്റോയ് ഫാമിൽനിന്നും നടന്നുപോകുന്നത് കസ്തൂർബ നോക്കിനിന്നു.

ജയിലിലേക്ക്

ആയിരത്തി തൊള്ളായിരത്തി പത്തിൽ ദക്ഷിണാഫ്രിക്കയിലെ എല്ലാ പ്രോവിൻസുകളും ചേർന്ന് ഒറ്റയൂണിയൻ ആയി മാറി. കേപ്ടൗൺ ആയിരുന്നു യൂണിയൻ ഭരണകൂടത്തിന്റെ ആസ്ഥാനം. ജനറൽ സ്മട്സ് തന്നെയായിരുന്നു ആഭ്യന്തരകാര്യങ്ങളുടെ തലവൻ.

1912 ഒക്ടോബറിൽ ദേശീയ നേതാവായ ഗോപാലകൃഷ്ണ ഗോഖലെ ദക്ഷിണാഫ്രിക്ക സന്ദർശിച്ചു. അദ്ദേഹത്തെ ഗാന്ധി സ്വന്തം രാഷ്ട്രീയഗുരുവായി സ്വീകരിച്ചിരുന്നു. ഗോഖലെയ്ക്ക് ദക്ഷിണാഫ്രിക്കൻ ഭരണകൂടം മാന്യമായ സ്വീകരണം നല്കി. ഇന്ത്യക്കാർ അദ്ദേഹത്തെ ആവേശപൂർവ്വം സ്വീകരിച്ചു. ഗോഖലെ ദക്ഷിണാഫ്രിക്കൻ അധികാരികളുമായി ചർച്ചകൾ നടത്തി. പക്ഷേ, യാതൊരു പ്രയോജനവും ഉണ്ടായില്ല. എങ്കിലും ഇന്ത്യക്കാർക്കിടയിൽ കൂടുതൽ ഐക്യവും ആവേശവും ഉണ്ടാക്കാൻ ഗോഖലെയുടെ സന്ദർശനത്തിനു കഴിഞ്ഞു. ഇന്ത്യയിലേക്കു മടങ്ങാൻ ഗോഖലെ ഗാന്ധിയെ ഉപദേശിച്ചു. പക്ഷേ, സത്യഗ്രഹസമരം പാതിവഴിയിൽ ഉപേക്ഷിച്ചുപോവാൻ ഗാന്ധിക്കു കഴിയുമായിരുന്നില്ല.

ഗാന്ധി ട്രാൻസ്‌വാളിൽ വിജയകരമായി നടത്തിവന്ന സത്യഗ്രഹസമരത്തിനു നേറ്റാളിലെ ഇന്ത്യൻ സമൂഹ

ത്തിൽനിന്നും കാര്യമായ പിന്തുണ കിട്ടിയിരുന്നില്ല. നേറ്റാളിലെ പല പ്രമുഖരും സത്യഗ്രഹസമരത്തെ വിമർശിക്കുകയോ അതിൽനിന്നു ബോധപൂർവ്വം മാറിനില്ക്കുകയോ ചെയ്തു. ഇതു ഗാന്ധിയെ ദുഃഖിപ്പിച്ചു. ട്രാൻസ്വാളിലെ സമരം വിജയിക്കുന്നതിന് നേറ്റാളിലെ ഇന്ത്യക്കാരുടെ പിന്തുണ അത്യാവശ്യമായിരുന്നു. ഗാന്ധി നേറ്റാളിലെ കരാർ തൊഴിലാളികളെയും ഖനിത്തൊഴിലാളികളെയും പ്രക്ഷോഭത്തിൽ അണിനിരത്തി.

ഇതിനിടെയാണ് 1913 മാർച്ച് 14 ന് ക്രിസ്തുമതാചാരപ്രകാരമല്ലാതെയുള്ള എല്ലാ വിവാഹങ്ങളും അസാധുവാക്കിക്കൊണ്ട് ദക്ഷിണാഫ്രിക്കൻ സുപ്രീംകോടതിയുടെ വിധിയുണ്ടാവുന്നത്. അതുപ്രകാരം വിവിധ മതക്കാരായ ഇന്ത്യക്കാരുടെ വിവാഹങ്ങൾ നിയമവിധേയമല്ലാതായി. ഇന്ത്യക്കാരുടെ വികാരം വ്രണപ്പെടുത്തുന്ന വിധിയായിരുന്നു അത്. സത്യഗ്രഹസമരം ശക്തിപ്പെടുത്താൻ ഈ അവസരം പ്രയോജനപ്പെട്ടു. സത്യഗ്രഹസമരത്തിന് പുതിയ തന്ത്രങ്ങൾ രൂപം കൊണ്ടു. അതിലൊന്നായിരുന്നു സ്ത്രീകളുടെ അറസ്റ്റ് വരിക്കലും ജയിൽവാസവും. സ്ത്രീകൾ ഈ സമരത്തെ സ്വാഗതം ചെയ്തു. ടോൾസ്റ്റോയി ഫാമിലെ സ്ത്രീകൾ ഇക്കാര്യത്തിൽ മുൻകൈയെടുത്തു. അവർ ഒരു സംഘമായി പെർമിറ്റ് ഇല്ലാതെ നേറ്റാളിലേക്ക് യാത്രചെയ്തു. അതോടൊപ്പം ഫിനിക്സിൽനിന്നും ഒരു സംഘം ട്രാൻസ്വാളിലേക്ക് നീങ്ങാനും തീരുമാനമായി.

ഫിനിക്സിലെത്തി സഹപ്രവർത്തകരോടും അവരുടെ ഭാര്യമാരോടും ഗാന്ധി ഇക്കാര്യം പറഞ്ഞു. കസ്തൂർബയോട് ഗാന്ധി ഒന്നും പറഞ്ഞില്ല. എന്നാൽ മറ്റുള്ളവരോട് ഗാന്ധി പറഞ്ഞകാര്യങ്ങൾ കസ്തൂർബ മാറിനിന്നു കേട്ടിരുന്നു. അവർ വല്ലാതെ പരിഭവപ്പെട്ടു. അവർ പറഞ്ഞു:

"നിങ്ങൾ എന്നോട് ഇക്കാര്യം പറയാത്തതിൽ എനിക്കു സങ്കടമുണ്ട്. ജയിലിൽ പോകാൻ എനിക്കുള്ള അയോഗ്യത എന്താണ്? നിങ്ങൾ മറ്റുള്ളവരെ ക്ഷണിക്കുന്ന വഴി പിന്തുടരാൻ എനിക്കും ആഗ്രഹമുണ്ട്."

അപ്പോൾ ഗാന്ധി പറഞ്ഞു:

"നിന്നെ വേദനിപ്പിക്കുന്ന അവസാനത്തെ ആളായിരിക്കും ഞാൻ. നിന്നെ അവിശ്വസിക്കുന്ന പ്രശ്നമേ ഇതിലില്ല. നീ ജയിലിൽ പോകുന്നതിൽ എനിക്കു സന്തോഷമേ ഉള്ളൂ. പക്ഷേ, അത് എന്റെ നിർബ്ബന്ധത്തിൽ ആയിരിക്കരുത്. ഇത്തരം കാര്യങ്ങൾ ഓരോരുത്തരുമാണ് തീരുമാനമെടുക്കേണ്ടത്. അവരവരുടെ ആത്മബലത്തിന്റെ അടിസ്ഥാനത്തിലായിരിക്കണം ആ തീരുമാനം. ഞാൻ നിന്നോട് ആവശ്യപ്പെടുകയാണെങ്കിൽ അതിന്റെ പേരിൽ ഒരുപക്ഷേ, നീ ജയിലിൽ പോയെന്നിരിക്കും. അത്തരമൊരു സാഹചര്യത്തിൽ കോടതിമുറിയിൽ വച്ച് നീ വിറയ്ക്കുകയോ ജയിലിലെ കഷ്ടതകൾ കണ്ടു പേടിക്കുകയോ ചെയ്താൽ നിന്നെ കുറ്റംപറയാൻ എനിക്കു കഴിയില്ല. നിന്നെ സമാധാനിപ്പിക്കാനോ ലോകത്തെ അഭിമുഖീകരിക്കാനോ ഞാൻ പ്രയാസപ്പെടും. ഇത്തരം ആശങ്കകൾ കൊണ്ടാണ് നിന്നോട് ജയിലിൽ പോകാൻ ഞാൻ പറയാതിരുന്നത്."

അപ്പോൾ കസ്തൂർബ പറഞ്ഞു:

"എനിക്ക് ജയിലിൽക്കഴിയാൻ കഴിയാതെ വന്നാൽ മാപ്പെഴുതി നല്കി ഞാൻ പോന്നോളാം. നിങ്ങൾക്കും നിങ്ങളുടെ മക്കൾക്കും കഷ്ടതകൾ സഹിക്കാമെങ്കിൽ എനിക്കെന്തുകൊണ്ട് അതായിക്കൂട? ഞാൻ ഈ സമരത്തിൽ പങ്കെടുക്കാൻ ബാദ്ധ്യതപ്പെട്ടവളാണ്."

കസ്തൂർബയെ പിന്തിരിപ്പിക്കാൻ ഗാന്ധി പിന്നെയും ശ്രമിച്ചു. പക്ഷേ, അവർ വഴങ്ങിയില്ല.

"എനിക്കൊന്നും ചിന്തിക്കാനില്ല. ഞാൻ തീരുമാനിച്ചു കഴിഞ്ഞു." കസ്തൂർബ പറഞ്ഞു.

ഫിനിക്സിൽനിന്ന് കസ്തൂർബയടക്കം നാലു സ്ത്രീകളും പന്ത്രണ്ടു പുരുഷന്മാരും അടങ്ങുന്ന സംഘം നിയമം ലംഘിച്ച് അറസ്റ്റ് വരിക്കാനും ജയിലിൽ പോകാനും തീരുമാനിച്ചു. അവർ നേറ്റാളിൽനിന്നും ട്രാൻസ്‌വാൾ അതിർത്തിയിലേക്കു നീങ്ങി. പെർമിറ്റില്ലാതെ ട്രാൻസ്‌വാളിൽ പ്രവേശിച്ച അവർ പേരോ വിലാസമോ പറയാൻ കൂട്ടാക്കിയില്ല. അറസ്റ്റ് വരിക്കലായിരുന്നു അവരുടെ ലക്ഷ്യം. കോടതിയിൽ മാത്രമേ പേര് പറയൂ എന്ന്

അവർ ഉറപ്പിച്ചിരുന്നു. ഒടുവിൽ അതിർത്തി പൊലീസ് അവരെ അറസ്റ്റ് ചെയ്തു മജിസ്ട്രേറ്റിന് മുൻപിൽ ഹാജരാക്കി. മജിസ്ട്രേറ്റ് അവരെ മൂന്നുമാസത്തെ കഠിനതടവിനു ശിക്ഷിച്ചു. അവരെ മാരിസ്ബർഗ്ഗ് ജയിലിലേക്ക് കൊണ്ടുപോയി. കസ്തൂർബയടക്കമുള്ളവരെ സാധാരണ തടവുകാരുടെ കൂടെയാണ് പാർപ്പിച്ചത്. ജയിലിലെ സാഹചര്യവുമായി പൊരുത്തപ്പെടാൻ കഴിയാതെ അവർ വിഷമിച്ചു. ആഹാരമായിരുന്നു അതിൽ പ്രധാനം. സസ്യാഹാരം മാത്രം കഴിക്കുന്നവരായിരുന്നു അവർ. ജയിലിൽ അവർക്കാവശ്യമുള്ള ഭക്ഷണം കിട്ടിയില്ല.

ഏതാനും ദിവസങ്ങൾ കഴിഞ്ഞതോടെ ട്രാൻസ്‌വാളിൽ നിന്നും നേറ്റാളിലേക്ക് പ്രവേശിച്ച വനിതാസംഘത്തെയും അറസ്റ്റു ചെയ്ത് അതേ ജയിലിലേക്കു കൊണ്ടുവന്നു.

ഗാന്ധിയുടെ ഭാര്യയുൾപ്പെടെയുള്ള സ്ത്രീകളെ അറസ്റ്റു ചെയ്ത് ജയിലിൽ അടച്ചത് ഇന്ത്യക്കാർക്കിടയിൽ രോഷാഗ്നി വർദ്ധിപ്പിച്ചു. സമരത്തിന് പുതിയ ഊർജ്ജം കൈവന്നു. വിവരം ഇന്ത്യയിലും ലണ്ടനിലും എത്തി. ദക്ഷിണാഫ്രിക്കൻ ഭരണകൂടത്തിന്റെ നടപടിയെ ഇന്ത്യൻ വൈസ്രോയി തന്നെ കടുത്ത ഭാഷയിൽ അപലപിച്ചു. ലണ്ടൻ ഭരണകൂടവും തങ്ങളുടെ അതൃപ്തി ദക്ഷിണാഫ്രിക്കൻ സർക്കാരിനെ അറിയിച്ചു.

ഈ സമയം കരാർ തൊഴിലാളികളെയും ഖനിത്തൊഴിലാളികളെയും പ്രയോജനപ്പെടുത്തി വലിയൊരു പ്രതിഷേധ മാർച്ചിനുള്ള പ്രവർത്തനങ്ങൾ നടത്തുകയായിരുന്നു ഗാന്ധി. സത്യഗ്രഹസമരത്തിനു പുതിയ ഭാവം കൈവന്നു. സർക്കാർ പ്രതിരോധത്തിലായി. ഗാന്ധി അറസ്റ്റ് ചെയ്യപ്പെട്ടു. കുറച്ചുദിവസങ്ങൾക്കുശേഷം ഗാന്ധിയെ നിരുപാധികം മോചിപ്പിച്ചു. അപ്പോഴും കസ്തൂർബ തടവിലായിരുന്നു. 1913 ഡിസംബർ 22 ന് മൂന്നുമാസത്തെ തടവിനുശേഷം കസ്തൂർബ ജയിൽമോചിതയായി. ജയിലിനു പുറത്ത് ഗാന്ധിയും സുഹൃത്തുക്കളും അവരെ സ്വീകരിച്ചു.

മൂന്നുമാസത്തെ ജയിൽജീവിതം കസ്തൂർബയെ ശാരീരികമായും മാനസികമായും തളർത്തി. ജയിൽവാസത്തിനുശേഷം

ദിവസങ്ങൾ കഴിഞ്ഞ് ഗാന്ധിയെയും കസ്തൂർബയെയും റെയിൽവേസ്റ്റേഷനിൽ വച്ച് കണ്ട ഒരു ദക്ഷിണാഫ്രിക്കൻ മാന്യൻ ഗാന്ധിയോട് “മിസ്റ്റർ ഗാന്ധി എന്തൊക്കെയുണ്ട് വിശേഷങ്ങൾ? ഇവർ നിങ്ങളുടെ അമ്മയാണോ?” എന്നു ചോദിച്ച കാര്യം മകൻ ദേവദാസ് ഗാന്ധി തന്റെ അമ്മയെക്കുറിച്ചുള്ള സ്മരണയിൽ എഴുതിയിട്ടുണ്ട്.

ദക്ഷിണാഫ്രിക്കയോടു വിട

ദക്ഷിണാഫ്രിക്കയിലെ സത്യഗ്രഹസമരം അതിന്റെ ലക്ഷ്യത്തോട് അടുക്കുകയായിരുന്നു. അനേകം ഇന്ത്യക്കാർ ജയിലിൽ കിടക്കുകയായിരുന്നു. ഫിനിക്സ് ഫാം പ്രക്ഷോഭത്തിന്റെ തലസ്ഥാനമായി. ഫിനിക്സിന്റെ നട്ടെല്ലായിരുന്ന ആൽബർട്ട് വെസ്റ്റ് അറസ്റ്റ് ചെയ്യപ്പെട്ടു. ദക്ഷിണാഫ്രിക്കയിലെ സ്ഥിതിഗതികളിൽ ഗോഖലെ അസ്വസ്ഥനായി. അദ്ദേഹം സി എഫ് ആൻഡ്രൂസിനെ ദക്ഷിണാഫ്രിക്കയിലേക്ക് അയച്ചു.

ലോകാഭിപ്രായത്തിന് ചെവികൊടുക്കാതിരിക്കാനോ ആയിരക്കണത്തിന് ആളുകളെ ജയിലിൽ താമസിപ്പിക്കാനോ സർക്കാരിന് ഇനിയും കഴിയുമായിരുന്നില്ല. ഇന്ത്യക്കാരുടെ പ്രശ്നങ്ങൾ പഠിക്കാൻ സർക്കാർ ഒരു അന്വേഷണക്കമ്മീഷനെ നിയമിച്ചു. കമ്മീഷനിൽ ഇന്ത്യൻ പ്രതിനിധിയെ വയ്ക്കാൻ സർക്കാർ വിസമ്മതിച്ചതിനാൽ ഇന്ത്യക്കാർ കമ്മീഷനെ ബോയ്കോട്ട് ചെയ്തു. ജയിലിൽ കിടക്കുന്ന മുഴുവൻ തടവുകാരെയും വിട്ടയയ്ക്കണമെന്ന് ഗാന്ധി ആവശ്യപ്പെട്ടു. സർക്കാരിന്റെ നിഷേധാത്മകമായ നിലപാടിൽ പ്രതിഷേധിച്ച് 1914 ജനുവരി ഒന്നിന് വൻപ്രതിഷേധ പ്രകടനം നടത്താൻ തീരുമാനിച്ചു.

ഈ സമയത്ത് ദക്ഷിണാഫ്രിക്കയിലെ വെള്ളക്കാരായ

റയിൽവേ തൊഴിലാളികൾ പണിമുടക്ക് പ്രഖ്യാപിച്ചു. സർക്കാർ കൂടുതൽ പ്രതിരോധത്തിലായി. പ്രതിസന്ധിയിലായ എതിരാളിയെ ആക്രമിക്കുന്നത് സത്യഗ്രഹസമരത്തിനു നിരക്കുന്നതല്ലാത്തതിനാൽ തങ്ങളുടെ മാർച്ച് മാറ്റിവയ്ക്കുന്നതായി ഗാന്ധി പ്രഖ്യാപിച്ചു. സത്യഗ്രഹസമരത്തിനു കൂടുതൽ മതിപ്പു നേടിക്കൊടുക്കുന്നതായിരുന്നു ഈ പ്രഖ്യാപനം. ലണ്ടൻ അധികൃതരും ഗാന്ധിയുടെ തീരുമാനത്തിൽ സന്തോഷം പ്രകടിപ്പിച്ചു. ജനറൽ സ്മട്സ് ഗാന്ധിയെ ചർച്ചകൾക്കു ക്ഷണിച്ചു.

ചർച്ചകൾ നീണ്ടുനീണ്ടു പോയെങ്കിലും ഒത്തുതീർപ്പിലെത്താൻ കഴിഞ്ഞില്ല. ഇതിനിടയിൽ കസ്തൂർബ രോഗിയായി. കസ്തൂർബയെ പരിചരിക്കാൻ ഗാന്ധി ഫിനിക്സിലെത്തി.

1914 ജനുവരിയിൽ ഗാന്ധിയും ജനറൽ സ്മട്സും തമ്മിൽ ധാരണയിലെത്തി. ഇതിന്റെ ഭാഗമായി സത്യഗ്രഹികൾ ജയിൽമോചിതരായി. മൂന്നു പവൻ നികുതി എടുത്തുകളയാനും ക്രിസ്ത്യൻ വിവാഹത്തോടൊപ്പം മറ്റു വിവാഹങ്ങൾക്കും നിയമപ്രാബല്യം നല്കാനും സർക്കാർ സമ്മതിച്ചു.

സത്യഗ്രഹസമരം വിജയിക്കുകയായിരുന്നു. എല്ലാ പ്രധാന പട്ടണങ്ങളിലും ഇന്ത്യക്കാരുടെ യോഗങ്ങൾ നടന്നു. ഈ യോഗങ്ങൾ ഗാന്ധി സ്മട്സ് കരാർ അംഗീകരിക്കുകയും തങ്ങളുടെ പ്രക്ഷോഭം വിജയിച്ചതിൽ ആഹ്ലാദം പ്രകടിപ്പിക്കുകയും ചെയ്തു. 1914 ജൂൺ മാസത്തിൽ ഇന്ത്യൻ റിലീഫ് ആക്ടിന് ദക്ഷിണാഫ്രിക്കൻ പാർലമെന്റ് അംഗീകാരം നല്കി.

കസ്തൂർബയുടെ രോഗം വളരെ ഗുരുതരമായിരുന്നു. സമരത്തിന്റെ നിർണ്ണായകഘട്ടത്തിൽ ഭാര്യയുടെ അസുഖം ഗാന്ധിയെ ഏറെ വിഷമിപ്പിച്ചു. കസ്തൂർബ മരിച്ചുപോകുമെന്നുവരെ ഗാന്ധി ഭയപ്പെട്ടു. ജ്യേഷ്ഠാൻ ലക്ഷ്മീദാസിന്റെ വിയോഗത്തിന്റെ വാർത്തയും ഗാന്ധിക്കു ലഭിച്ചത് ഇക്കാലത്താണ്. പക്ഷേ, എന്നത്തെയുംപോലെ എല്ലാവരെയും അത്ഭുതപ്പെടുത്തിക്കൊണ്ട് കസ്തൂർബ ആരോഗ്യം വീണ്ടെടുത്തു.

ദക്ഷിണാഫ്രിക്കയിൽ തന്റെ ലക്ഷ്യം പൂർത്തിയാക്കിയ ഗാന്ധി ഇന്ത്യയിലേക്കുള്ള തിരിച്ചുപോക്ക് പ്രഖ്യാപിച്ചു.

ഗാന്ധിക്ക് ഗംഭീരമായ യാത്രയയപ്പ് യോഗങ്ങൾ സംഘടിപ്പിക്കപ്പെട്ടു. യോഗങ്ങളിൽ ഭർത്താവിനൊപ്പം കസ്തൂർബയും പങ്കെടുത്തു.

ഇംഗ്ലണ്ട് വഴി ഇന്ത്യയിലേക്കു മടങ്ങാനാണ് ഗാന്ധി തീരുമാനിച്ചത്. അക്കാലത്ത് ഗോഖലെ ഇംഗ്ലണ്ടിലുണ്ടായിരുന്നു. ഗാന്ധിയുടെ മക്കളും ഫിനിക്സിലെ മറ്റുള്ളവരും അവർക്കു മുൻപു തന്നെ ഇന്ത്യയിലേക്കു തിരിച്ചു.

1914 ജൂലൈ 18 ന് ഗാന്ധിയും കസ്തൂർബയും ദക്ഷിണാഫ്രിക്കയോടു വിടപറഞ്ഞു. കിൽഫൺ കാസിൽ എന്ന കപ്പലിലാണ് അവർ ഇംഗ്ലണ്ടിലേക്കു തിരിച്ചത്. ഗാന്ധിയുടെ അടുത്ത സുഹൃത്തായ കല്ലൻബാക്കും അവരോടൊപ്പം ഉണ്ടായിരുന്നു.

ഗാന്ധിയുടെ യാത്രയെക്കുറിച്ച് ജനറൽ സ്മട്സ് ഇങ്ങനെ പ്രസ്താവിച്ചു.

"ആ വിശുദ്ധൻ നമ്മുടെ തീരം വിട്ടിരിക്കുന്നു. എന്നെന്നേക്കുമായിട്ടാണെന്നു ഞാൻ പ്രതീക്ഷിക്കുന്നു."

ഭാരതം അവർക്കുവേണ്ടി കാത്തിരുന്നു

ആയിരത്തി തൊള്ളായിരത്തി പതിനഞ്ച് ജനുവരി ഒൻപതിന് എസ് എസ് അറേബിയ എന്ന കപ്പൽ ബോംബെ തുറമുഖത്ത് നങ്കൂരമിട്ടു. ആ കപ്പലിൽ ഭാരതത്തിന്റെ ഭാവി നിർണ്ണയിക്കാൻ നിയുക്തരായ ദമ്പതിമാരുണ്ടായിരുന്നു. നാല്പത്തി ആറു വയസ്സ് പ്രായമുള്ള മോഹൻദാസ് കരംചന്ദ് ഗാന്ധിയും അദ്ദേഹത്തിന്റെ പത്നി കസ്തൂർബയുമായിരുന്നു അവർ. 1914 ജൂലൈ 18 ന് ദക്ഷിണാഫ്രിക്കയിൽനിന്നും കപ്പൽ കയറിയ അവർ ലണ്ടനിലെ ഹ്രസ്വമായ താമസത്തിനുശേഷം മാതൃരാജ്യത്തേക്കു തിരിച്ചുവരികയാണ്.

നല്ലവെയിലുള്ള ഒരു പകലായിരുന്നു അത്. ഗാന്ധിയെയും ഭാര്യയെയും സ്വീകരിക്കാൻ വലിയൊരു ജനക്കൂട്ടം ബോംബെ തുറമുഖത്ത് എത്തിയിരുന്നു. ഇത്ര വലിയൊരു ജനക്കൂട്ടത്തെ അവർ പ്രതീക്ഷിച്ചിരുന്നില്ല.

ബോംബെയിൽ അവർക്ക് ഗംഭീര സ്വീകരണം ഒരുക്കിയിരുന്നു. സ്വീകരണയോഗങ്ങളിൽ ബോംബെയിലെ രാഷ്ട്രീയ പ്രമുഖരെല്ലാം പങ്കെടുത്തു. ഗാന്ധിയുടെ രാഷ്ട്രീയഗുരുവായ ഗോഖലെ അസുഖം വകവയ്ക്കാതെ ഒരു സ്വീകരണയോഗത്തിൽ പങ്കെടുത്തു. മറ്റൊരു യോഗത്തിൽ ബാലഗംഗാധരതിലകൻ അദ്ധ്യക്ഷത വഹിച്ചു. യോഗങ്ങളിലെല്ലാം ഗാന്ധിയോ

ടൊപ്പം കസ്തൂർബയും പങ്കെടുത്തു. വളരെ ലളിതമായ പരമ്പരാഗത കത്തിയവാർ ശൈലിയിലുള്ള വസ്ത്രധാരണമായിരുന്നു ഗാന്ധിയുടേത്. കസ്തൂർബയാകട്ടെ സാധാരണ സാരിയായിരുന്നു ധരിച്ചിരുന്നത്. യാതൊരുവിധ ആഭരണങ്ങളും അവരുടെ ശരീരത്തില്ലായിരുന്നു. ഗാന്ധിയുടെ വസ്ത്രം ഒരു വെളിപ്പെടുത്തൽ ആയിരുന്നു. സാധാരണക്കാരുടെ വേഷവും സാധാരണക്കാരുടെ ഭാഷയും സാധാരണക്കാരുടെ ജീവിതവും ഗാന്ധിയിലൂടെ അനാവൃതമായി. രാഷ്ട്രീയവും സാമൂഹികവുമായ അടിമത്തത്തിന്റെ വേലിക്കെട്ടിനകത്ത് അടയ്ക്കപ്പെട്ട അനേകകോടി ജനങ്ങളുടെ രാഷ്ട്രീയ പ്രവേശം കൂടിയായിരുന്നു അത്. അശരണരായ ഭാരതീയർ ഗാന്ധിക്കുവേണ്ടി കാത്തിരിക്കുകയായിരുന്നു.

ഗാന്ധിയും കസ്തൂർബയും ബോംബെയിൽനിന്ന് രാജ്കോട്ടിലേക്കും പോർബന്തറിലേക്കും പോയി. ഗാന്ധിയുടെ സഹോദരന്മാരായ കർസൻദാസും ലക്ഷ്മീദാസും ഇതിനകം മരണപ്പെട്ടിരുന്നു. വിധവകളായ സഹോദരഭാര്യമാരെയും മക്കളെയും സന്ദർശിച്ചശേഷം ഗാന്ധിയും കസ്തൂർബയും കൽക്കത്തയിലേക്കു തിരിച്ചു. ഫിനിക്സിൽനിന്നും നേരത്തേ പുറപ്പെട്ട സംഘം 1914 നവംബർ മുതൽ കൽക്കത്തയിൽ ടാഗോറിന്റെ ശാന്തിനികേതനിൽ താമസിക്കുകയായിരുന്നു. മക്കളായ മണിലാലിനെയും രാമദാസിനെയും ദേവദാസിനെയും കാണാൻ കസ്തൂർബയുടെ മനസ്സ് വെമ്പി. മൂത്തപുത്രനായ ഹരിലാൽ ബോംബെയിൽ അവരെ സ്വീകരിക്കാൻ വന്നിരുന്നു. അവരുടെ യാത്രകളിൽ ഹരിലാലും കൂടെയുണ്ടായിരുന്നു.

ഗാന്ധിയും കസ്തൂർബയും കൽക്കത്തയിലായിരുന്നപ്പോഴാണ് ഗോഖലെയുടെ മരണം സംഭവിക്കുന്നത്. അവർ ഉടനെ പൂനയിലേക്കു പുറപ്പെടുകയും ഗോഖലെയുടെ മരണാനന്തര ചടങ്ങുകളിൽ പങ്കെടുക്കുകയും ചെയ്തു. ഗോഖലെയുടെ മരണം ഗാന്ധിയെ ദുഃഖിപ്പിച്ചു. ഗോഖലെയായിരുന്നു അദ്ദേഹത്തിന്റെ പ്രചോദനം. “ഇന്ത്യ മുഴുവൻ യാത്രചെയ്ത് എല്ലാം കാണുകയും കേൾക്കുകയും ചെയ്യുക. നമ്മുടെ ധാരണകൾ

സ്വയം തിരുത്തപ്പെടും. അതിനുശേഷം നിങ്ങൾക്ക് എല്ലാ കാര്യത്തിലും മുഴുകാം." ഇതായിരുന്നു ഗോഖലെ ഗാന്ധിക്കു നല്കിയിരുന്ന ഉപദേശം. ഈ ഉപദേശം ഗാന്ധി അനുസരിച്ചു. രാജ്യത്തിന്റെ വിവിധ ഭാഗങ്ങൾ സന്ദർശിച്ചു. അനേകം പ്രമുഖരെ പരിചയപ്പെടുകയും സംവദിക്കുകയും ചെയ്തു.

യാത്രകൾ കസ്തൂർബയെ തളർത്തിയിരുന്നു. എവിടെയെങ്കിലും ഒന്നു താവളമുറപ്പിക്കാൻ അവർ ആഗ്രഹിച്ചു. ഫിനിക്സിലെ ജീവിതം ഇന്ത്യയിലും തുടരുക എന്നതായിരുന്നു ഗാന്ധിയുടെ ആഗ്രഹം. അതിനായി ഒരു ആശ്രമം തുടങ്ങാനുള്ള ആലോചനയായി. ആശ്രമം ഗുജറാത്തിൽത്തന്നെയാവണമെന്ന് ഗാന്ധി തീരുമാനിച്ചു. അഹമ്മദാബാദിലെ പ്രമുഖനായ ഒരു വ്യക്തി പട്ടണത്തിൽനിന്ന് അധികം അകലെയല്ലാത്ത കൊച്ച്റാബ് എന്ന ഗ്രാമത്തിൽ തനിക്കുള്ള വീടും സ്ഥലവും ആശ്രമം തുടങ്ങാനായി ഗാന്ധിക്കു നല്കി. അങ്ങനെ 1915 മെയ് 25 ന് കൊച്ച്റാബിൽ ഗാന്ധിയുടെ ആശ്രമം നിലവിൽ വന്നു. സത്യഗ്രഹാശ്രമം എന്നാണ് ഗാന്ധി അതിനു പേരിട്ടത്. ആശ്രമത്തിന്റെ നിയമാവലി തയ്യാറാക്കുകയും നിയമാവലി അനുസരിച്ച് ജീവിക്കാമെന്ന് അന്തേവാസികൾ പ്രതിജ്ഞയെടുക്കുകയും ചെയ്തു. എല്ലാവർക്കും ഭക്ഷണം ഒരു അടുക്കളയിൽ നിന്നായിരുന്നു. ഗാന്ധിക്കും കുടുംബാംഗങ്ങൾക്കും പുറമെ ഗാന്ധിയുടെ സഹോദരി റാലിയറ്റ്ബനും അവരുടെ കൂടെ ചേർന്നു. അവർ വളരെ മുൻപേ വിധവയായിരുന്നു. മറ്റുള്ളവർ ഫിനിക്സിൽ നിന്നുള്ളവരായിരുന്നു. ആണും പെണ്ണുമായി ഇരുപത്തഞ്ചോളം മുതിർന്ന ആളുകൾ അന്തേവാസികളായി അപ്പോൾ അവിടെ ഉണ്ടായിരുന്നു. മഗൻലാൽ ഗാന്ധിക്കായിരുന്നു ആശ്രമത്തിന്റെ പ്രധാന ചുമതല. അഹമ്മദാബാദിലെ പ്രമുഖരായ പലരും ആശ്രമത്തിനു സഹായങ്ങൾ ചെയ്തു.

കസ്തൂർബയ്ക്ക് സ്വല്പം ആശ്വാസമായി. ദീർഘമായ ഒരു യാത്രകഴിഞ്ഞ് അവർക്ക് സ്വല്പം വിശ്രമം അത്യാവശ്യമായിരുന്നു. ഭർത്താവും മക്കളും ഒന്നിച്ചുള്ള സ്വസ്ഥമായ ഒരു ജീവിതം ഏതൊരു സ്ത്രീയെയും പോലെ കസ്തൂർബയും

ആഗ്രഹിച്ചിരിക്കണം. പക്ഷേ, സ്ഥിരമായ ഒരു വാസമോ വിശ്രമമോ അവർക്ക് വിധിച്ചിട്ടില്ലായിരുന്നു. കാരണം അവരുടെ ഭർത്താവിന് കൊടുങ്കാറ്റിന്റെ വേഗമായിരുന്നു. സ്വാതന്ത്ര്യത്തിനുവേണ്ടിയുള്ള ഒരു ജനതയുടെ മോഹം ആ കൊടുങ്കാറ്റിനെ ആവാഹിച്ചു. കസ്തൂർബ ആ കൊടുങ്കാറ്റിനൊപ്പം സഞ്ചരിച്ചു, വളർന്നു.

ലക്ഷ്മി എന്ന വളർത്തുമകൾ

കൊച്ച്റാബിലെ ആശ്രമത്തിൽ ജീവിതം പതുക്കെ മുന്നോട്ടു നീങ്ങി. അധികം താമസിയാതെ കടുത്ത ഒരു പരീക്ഷണം അന്തേവാസികളുടെ മുൻപിൽ ഉയർന്നുവന്നു. അയിത്തം എന്ന മാരകരോഗമായിരുന്നു അത്.

താനൊരു ആശ്രമം തുടങ്ങുമ്പോൾ അയിത്തജാതിക്കാരെ പ്രവേശിപ്പിക്കാനായിരിക്കും ആദ്യം ശ്രമിക്കുക എന്നു ഗാന്ധി മുൻപുതന്നെ പറഞ്ഞിരുന്നു. അങ്ങനെയൊരു അയിത്തജാതിക്കാരൻ ഉണ്ടാവില്ല എന്നാണ് ഗാന്ധിയുടെ സുഹൃത്തുക്കൾ പറഞ്ഞിരുന്നത്. എന്നാൽ ഗാന്ധിയെ അത്ഭുതപ്പെടുത്തിക്കൊണ്ട് അദ്ദേഹത്തിന് ബോംബെയിൽ നിന്നും ഒരെഴുത്തു കിട്ടി. ഗോഖലെയുടെ സഹപ്രവർത്തകനായിരുന്ന അമൃതലാൽ ഠാക്കൂറിന്റേതായിരുന്നു ആ കത്ത്. "പാവങ്ങളും സത്യസന്ധരുമായ അയിത്തജാതിക്കാരുടെ ഒരു കുടുംബം നിങ്ങളുടെ ആശ്രമത്തിൽ താമസിക്കാൻ ആഗ്രഹിക്കുന്നു. നിങ്ങൾ അവരെ സ്വീകരിക്കുമോ?" ഇതായിരുന്നു കത്തിലെ സന്ദേശം. ആശ്രമനിയമങ്ങൾ അനുസരിച്ച് ജീവിക്കുമെങ്കിൽ അവരെ സ്വീകരിക്കാൻ തയ്യാറാണെന്ന് ഗാന്ധി മറുപടിയായി അറിയിച്ചു. അതുപ്രകാരം ബോംബെയിൽനിന്നും അയിത്തജാതിക്കാരനായ ദുദാബായി ദാഫ്ദയും ഭാര്യ ദാനീബഹനും ആശ്രമത്തിലെത്തി.

അവർക്ക് മുലകുടി മാറാത്ത ഒരു മകളുണ്ടായിരുന്നു. മകളുടെ പേര് ലക്ഷ്മി എന്നായിരുന്നു. ഗാന്ധി അവരെ ആശ്രമത്തിൽ പ്രവേശിപ്പിച്ചു.

ആശ്രമത്തെ ഈ സംഭവം പിടിച്ചുകുലുക്കി. ആശ്രമത്തിനു പുറത്തും പ്രശ്നമായി. ആശ്രമത്തെ സഹായിച്ചവർ പിൻവലിഞ്ഞു. അവരെ സംബന്ധിച്ചിടത്തോളം അയിത്തജാതിക്കാരൻ പൊതുസമൂഹത്തിനു പുറത്ത് ജീവിക്കേണ്ടവനാണ്. അത്തരമൊരാളെ ആശ്രമത്തിൽ ചേർത്ത് ഗാന്ധി ആശ്രമത്തിന്റെ പവിത്രത കളഞ്ഞുകുളിച്ചിരുന്നു.

കസ്തൂർബയും മറ്റു സ്ത്രീകളും കലഹിക്കുകയും പിണങ്ങുകയും ചെയ്തു. അയിത്തജാതിക്കാർ വീടും പാത്രങ്ങളും ജലവും മറ്റും അശുദ്ധമാക്കുന്നത് അവർക്കു സഹിക്കാൻ കഴിയുന്ന കാര്യമായിരുന്നില്ല. മഖൻലാലിന്റെ ഭാര്യ പ്രതിഷേധത്തിന്റെ ഭാഗമായി പട്ടിണികിടന്നു. ഗാന്ധിയെ ഈ സംഭവങ്ങൾ വല്ലാതെ വേദനിപ്പിച്ചു. പ്രതിഷേധമുള്ളവർക്ക് പിരിഞ്ഞുപോകാനുള്ള അവസരമുണ്ടെന്ന് ഗാന്ധി അറിയിച്ചു. മഖൻലാലും ഭാര്യയും ആശ്രമം വിട്ടുപോയി. ആശ്രമം വിട്ടുപോകാൻ കസ്തൂർബയ്ക്കും ഗാന്ധി അനുമതി നല്കി. പുറത്തുനിന്നുള്ള പ്രതിഷേധത്തെക്കാൾ ഗാന്ധിയെ വേദനിപ്പിച്ചത് അകത്തുനിന്നുള്ള കലഹമായിരുന്നു.

കസ്തൂർബ വീണ്ടും പ്രതിസന്ധിയിലായി. വർഷങ്ങൾക്കു മുൻപ് ദക്ഷിണാഫ്രിക്കയിൽവച്ച് നടന്ന സമാനമായ ഒരു സംഭവം അവർ ഓർത്തു. അന്ന് ഭർത്താവ് വളരെ ക്രൂരമായിട്ടാണ് തന്നോടു പെരുമാറിയത്. ഇന്നു പക്ഷേ, വളരെ സൗമ്യമായിട്ടാണ് അദ്ദേഹം സംസാരിക്കുന്നത്. കസ്തൂർബ ദീർഘമായ ആലോചനകളിൽ മുഴുകി. നൂറ്റാണ്ടുകളായി സമുദായം അഹങ്കാരത്തോടെ കൊണ്ടാടുന്ന അയിത്തത്തിന്റെ കറ ഒറ്റ രാത്രികൊണ്ട് മനസ്സിൽനിന്നും കഴുകിക്കളയാൻ ഒരു സ്ത്രീക്കും കഴിയുകയില്ല. പക്ഷേ, അതിലും പ്രധാനമാണ് ഭർത്താവിനോടുള്ള ഉത്തരവാദിത്വം.

കസ്തൂർബയുടെ സ്വഭാവത്തിന്റെ സവിശേഷതയെക്കുറിച്ച്

ഗാന്ധിയുടെ ജീവചരിത്രകാരനായ ബി ആർ നന്ദ എഴുതുന്നത് ശ്രദ്ധേയമാണ്. തന്റെ മുൻപിൽ ഉയർന്നുവരുന്ന പ്രതിസന്ധികളെ കസ്തൂർബ നേരിട്ടത് "സംഭ്രമിക്കുക - എതിർക്കുക - ഉൾക്കൊള്ളുക - പൊരുത്തപ്പെടുക - പൂർണ്ണവിജയം നേടുക" എന്ന പ്രക്രിയയിലൂടെയാണെന്നു നന്ദ പറയുന്നു. ഇവിടെയും ഇതുതന്നെയാണ് സംഭവിച്ചത്. ഏതാനും ദിവസങ്ങൾ കഴിഞ്ഞതോടെ ദൂദാബായിയെയും അദ്ദേഹത്തിന്റെ ഭാര്യയെയും ഉൾക്കൊള്ളാനും അവരോടു സഹകരിക്കാനും കസ്തൂർബയ്ക്കു കഴിഞ്ഞു. അവരുടെ കൊച്ചുമകൾ ലക്ഷ്മിയെ കസ്തൂർബ ലാളിച്ചു. ലക്ഷ്മിയെ ഗാന്ധി പിന്നീട് വളർത്തുമകളായി സ്വീകരിച്ചു. ലക്ഷ്മി ദീർഘകാലം കസ്തൂർബയോടൊപ്പം കഴിഞ്ഞു.

ഏതാനും നാളുകൾ കഴിഞ്ഞപ്പോൾ മകൻലാലും ഭാര്യയും തിരിച്ചുവരികയും ആശ്രമം പഴയ ജീവിതത്തിലേക്കു തിരിച്ചെത്തുകയും ചെയ്തു.

സബർമതിയുടെ കരയിൽ

ആയിരത്തി തൊള്ളായിരത്തി പതിനേഴിൽ കസ്തൂർബ ബീഹാറിലെ ചമ്പാരനിലായിരുന്നു. ഇന്ത്യയിലെത്തിയശേഷം ഗാന്ധി ഏറ്റെടുത്ത പ്രധാനപ്പെട്ട ഒരു ജനകീയപ്രശ്നമായിരുന്നു ചമ്പാരനിലെ നീലം കർഷകരുടെ ദുരിതം. കർഷകരുടെ പ്രശ്നങ്ങൾക്ക് പരിഹാരം കാണുന്നതിനുള്ള പരിശ്രമങ്ങൾക്കിടയിൽ അവരുടെ ജീവിതസാഹചര്യങ്ങൾ മെച്ചപ്പെടുത്തേണ്ടതിന്റെ ആവശ്യകത ഗാന്ധിക്കു ബോദ്ധ്യപ്പെട്ടു. ശുചിത്വകാര്യങ്ങളിലും വിദ്യാഭ്യാസത്തിലും വളരെ പിന്നാക്കമായിരുന്നു ആ പ്രദേശം. അവിടെ സൗജന്യസേവനം നടത്താൻ തയ്യാറുള്ളവരെ ഗാന്ധി അങ്ങോട്ടു ക്ഷണിച്ചു. ആശ്രമത്തിൽനിന്നും കസ്തൂർബയെയും മകൻ ദേവദാസിനെയും വരുത്തി.

സ്ത്രീകളുടെയും കുട്ടികളുടെയും ചുമതല കസ്തൂർബയ്ക്കായിരുന്നു. സ്കൂളിൽ പ്രവർത്തിപ്പിക്കുന്നതിലും ശുചിത്വകാര്യങ്ങൾ പഠിപ്പിക്കുന്നതിലും കസ്തൂർബ നേതൃത്വം കൊടുത്തു. രാജ്യത്തെ ജനങ്ങളുടെ ജീവിതം നേരിട്ടുകാണാനും അനുഭവിക്കാനുമുള്ള അവസരം കസ്തൂർബയ്ക്കു ലഭിച്ചു.

ഈ സമയത്ത് കൊച്ച്റാബിലും പരിസരപ്രദേശങ്ങളിലും പ്ലേഗ് പരന്നു. വിവരമറിഞ്ഞ് ഗാന്ധി ആശ്രമത്തിലെത്തി.

ആശ്രമം കൊച്ച്റാബിൽനിന്നും മാറ്റാൻ തീരുമാനിച്ചു. സ്ഥലത്തിനുവേണ്ടിയുള്ള അന്വേഷണങ്ങൾ നടത്തി. ഒടുവിൽ അഹമ്മദാബാദിനടുത്ത് സബർമതി നദിക്കരയിൽ ഒരു സ്ഥലം കണ്ടെത്തി. തരിശുനിലമായിരുന്നു അത്. അതിന്റെ ഒരറ്റത്ത് സബർമതി ജയിൽ ആയിരുന്നു.

സ്ഥലം ഗാന്ധിക്ക് ഇഷ്ടമായി. അത് ഉടനെ വാങ്ങുകയും ചെയ്തു. അവിടെ ആശ്രമം മാറ്റി സ്ഥാപിക്കുന്നതിന്റെ ചുമതല മഗൻലാലിനെ ഏല്പിച്ച് ഗാന്ധി ചമ്പാരനിലേക്കു തിരിച്ചുപോയി.

1918 ലാണ് ഗാന്ധിയും കസ്തൂർബയും ചമ്പാരനിൽനിന്നും മടങ്ങിയെത്തിയത്. അപ്പോഴേക്കും ആശ്രമം പൂർണ്ണതോതിൽ പ്രവർത്തനക്ഷമമായിരുന്നു. പുണ്യനദിയായ സബർമതിയുടെ കരയിലുള്ള പുതിയ വാസസ്ഥലം കസ്തൂർബയ്ക്കിഷ്ടമായി. മക്കളായ രാംദാസും ദേവദാസും കസ്തൂർബയോടൊപ്പം ആശ്രമത്തിൽ താമസിച്ചു. മൂത്തമകൻ ഹരിലാലും കുടുംബവും കൽക്കത്തയിലായിരുന്നു. മണിലാലിനെ ദക്ഷിണാഫ്രിക്കയിലേക്കു തിരിച്ചയച്ചിരുന്നു.

കസ്തൂർബ ആശ്രമത്തിലെത്തി കുറച്ചുനാളുകൾ കഴിഞ്ഞപ്പോൾ കൽക്കത്തയിൽനിന്നും ഹരിലാലിന്റെ ഭാര്യ ഗുലാബും മക്കളും ആശ്രമത്തിൽ വന്നു. ഗുലാബ് വളരെ ക്ഷീണിച്ചിരുന്നു. കുറച്ചുമാസങ്ങൾ കഴിഞ്ഞപ്പോൾ ഹരിലാലിന്റെ മൂന്നുവയസ്സുള്ള ഇളയപുത്രന് ജ്വരം ബാധിച്ചതായും ഹരിലാലും കുടുംബവും രാജ്കോട്ടിലേക്കു മടങ്ങുന്നതായും കസ്തൂർബയ്ക്ക് വിവരം ലഭിച്ചു. രാജ്കോട്ടിലെത്തി അധികം താമസിയാതെ ഹരിലാലിന്റെ മകൻ മരണപ്പെട്ടു. മരണവിവരമറിഞ്ഞ് ക്സതൂർബ രാജ്കോട്ടിലേക്കുപോയി. ഏതാനും ദിവസത്തിനകം ഗുലാബും മരണപ്പെട്ടു. ഗുലാബിന്റെയും ചെറുമകന്റെയും മരണം സൃഷ്ടിച്ച ദുഃഖവുമായി കസ്തൂർബ ആശ്രമത്തിലേക്കു മടങ്ങി.

1918 അവസാനത്തിൽ ഗാന്ധിയും മരണവുമായി മല്ലടിക്കുകയായിരുന്നു. കടുത്ത വയറുവേദനയായിരുന്നു. ഗാന്ധിയുടെ

അസുഖം. ഗാന്ധി അക്കാലത്ത് ഖെയ്റാ ജില്ലയിൽ പട്ടാളത്തിലേക്ക് ആളുകളെ റിക്രൂട്ടു ചെയ്യുന്നതിനു നേതൃത്വം കൊടുക്കുകയായിരുന്നു. ബ്രിട്ടീഷ് സർക്കാരുമായുണ്ടാക്കിയ ധാരണ പ്രകാരമായിരുന്നു അത്. സുഖമില്ലാതിരുന്ന ഗാന്ധി ഒരുദിവസം ആശ്രമത്തിലെത്തി. അന്നവിടെ എന്തോ ആഘോഷം നടക്കുകയായിരുന്നു. ഗാന്ധിക്ക് പ്രിയപ്പെട്ട ചില ആഹാരങ്ങൾ കസ്തൂർബ പ്രത്യേകം തയ്യാറാക്കി. ആഹാരം വേണ്ടെന്നുപറഞ്ഞെങ്കിലും കസ്തൂർബയുടെ സ്നേഹനിർബ്ബന്ധങ്ങൾക്കുവഴങ്ങി മധുരംചേർത്ത ഗോതമ്പുകഞ്ഞിയും പയറും മറ്റും ഗാന്ധി ധാരാളം കഴിച്ചു.

അല്പനേരം കഴിഞ്ഞപ്പോൾ ഗാന്ധിക്ക് വയറുവേദന കൂടി. എങ്കിലും അസുഖം വകവയ്ക്കാതെ അദ്ദേഹം തിരിച്ചുപോയി. രാത്രിയായപ്പോൾ ഗാന്ധിക്ക് അസുഖം വർദ്ധിച്ചു. വയറിളകി അവശനായി. താൻ മരിക്കുമെന്നുതന്നെ അദ്ദേഹം വിശ്വസിച്ചു. എങ്കിലും മരുന്ന് കഴിക്കാനോ കുത്തിവയ്പുകൾ എടുക്കാനോ അദ്ദേഹം തയ്യാറായില്ല. ഗാന്ധി ആശ്രമത്തിലേക്കു മടങ്ങി.

വളരെ ഗുരുതരാവസ്ഥയിലായ ഗാന്ധി ബോംബെയിലെ ഡോക്ടർ ദലാലിന്റെ ചികിത്സ സ്വീകരിച്ചു. പാലുകഴിക്കാതെയും കുത്തിവയ്പുകൾ എടുക്കാതെയും ആരോഗ്യം നേരെയാക്കാൻ കഴിയില്ലെന്ന് ഡോക്ടർ തീർത്തുപറഞ്ഞു. ജീവിക്കാനുള്ള ആഗ്രഹം ഗാന്ധിയിൽ ബാക്കിനിന്നു. അദ്ദേഹം കുത്തിവയ്പിനു സമ്മതം മൂളിയെങ്കിലും പാലുകഴിക്കാൻ വിസമ്മതിച്ചു. പാലുകഴിക്കില്ല എന്ന പ്രതിജ്ഞ എടുക്കാനിടയായ സാഹചര്യം ഗാന്ധി ഡോക്ടർ ദലാലിന് വിശദീകരിച്ചുകൊടുത്തു. പാലിനുവേണ്ടി പശുവിനെയും എരുമയെയും പീഡിപ്പിക്കുന്നതിലുള്ള വിഷമം കൊണ്ടാണ് അത്തരമൊരു പ്രതിജ്ഞയെടുത്തതെന്ന് ഗാന്ധി പറഞ്ഞു. അപ്പോൾ അടുത്തുണ്ടായിരുന്ന കസ്തൂർബ അവരുടെ സംഭാഷണത്തിൽ ഇടപെട്ടുകൊണ്ട് ഇങ്ങനെ ചോദിച്ചു:

“എന്നാൽ തീർച്ചയായും ആടിന്റെ പാൽ കുടിക്കാൻ നിങ്ങൾക്കു വിരോധം ഉണ്ടാകില്ലല്ലോ?”

“നിങ്ങൾ ആടിന്റെ പാൽ കുടിക്കുമെങ്കിൽ എനിക്കതു മതി.” ഡോക്ടർ പറഞ്ഞു.

കസ്തൂർബയുടെ പെട്ടെന്നുള്ള യുക്തിവാദത്തിൽ ഗാന്ധി കുടുങ്ങി. അദ്ദേഹം ആട്ടിൻപാൽ കുടിക്കാൻ സമ്മതിച്ചു. ജീവിക്കാനുള്ള ശക്തമായ ആഗ്രഹമാണു തന്നെ അതിനു നിർബന്ധിച്ചതെന്ന് ആത്മകഥയിൽ ഗാന്ധി കുറ്റസമ്മതം നടത്തുന്നുണ്ട്.

ആട്ടിൻപാൽ കുടിച്ച് ആരോഗ്യനില മെച്ചമായ ഗാന്ധിയെ ഡോക്ടർ ദലാൽ ശസ്ത്രക്രിയയ്ക്കു വിധേയനാക്കി. ഏതാനും ദിവസങ്ങൾക്കുള്ളിൽ അദ്ദേഹം ആരോഗ്യം വീണ്ടെടുത്തു. കസ്തൂർബയുടെ ജീവിതത്തിലെ ആശങ്ക നിറഞ്ഞ ദിവസങ്ങളായിരുന്നു അവ. അവരുടെ സമയോചിതമായ ഇടപെടൽ ഗാന്ധിയുടെ ജീവൻ രക്ഷിച്ചു.

രോഗവിമുക്തനായ ഗാന്ധി രാഷ്ട്രീയരംഗത്ത് പൂർവ്വാധികം സജീവമായി. റൗലക്ട് ആക്ടിനെതിരെ ഉയർന്ന ബഹുജനരോഷവും ജാലിയൻ വാലാബാഗ് കൂട്ടക്കൊലയും നിസ്സഹകരണസമരവും ഇന്ത്യയുടെ ദേശീയസ്വാതന്ത്ര്യസമരത്തിനു പുതിയ രൂപവും ഭാവവും നല്കി. ഗാന്ധി ദേശീയ പ്രസ്ഥാനത്തിന്റെ തിളക്കമുള്ള നേതാവായി ഉയർന്നു. ദേശീയ രാഷ്ട്രീയത്തിന്റെ ഹൃദയഭൂമിയായി സബർമതി ആശ്രമം വളർന്നു. ഗാന്ധി ആശ്രമത്തിലുള്ളപ്പോഴും ഇല്ലാത്തപ്പോഴും നൂറുകണക്കിന് ആളുകൾ ആശ്രമം സന്ദർശിച്ചു. ദേശീയനേതാക്കൾ ആശ്രമത്തിലെത്തി ഗാന്ധിയുമായി ചർച്ചകൾ നടത്തി.

ആശ്രമത്തിന്റെ പ്രധാന ചുമതല മഗൻലാലിനായിരുന്നു. ഗാന്ധി എല്ലാവരുടെയും ബാപ്പുവും കസ്തൂർബ ‘ബാ’യുമായി. സബർമതി ആശ്രമം ഒരു വലിയ കുടുംബമായി വളർന്നു. ഹരിലാലിന്റെ മക്കളെ കസ്തൂർബ ആശ്രമത്തിലേക്കു കൊണ്ടുവന്നു. അവർ കസ്തൂർബയുടെ പരിരക്ഷയിൽ വളർന്നു.

ദേശീയ നേതൃത്വത്തിലേക്ക് അതിവേഗം ഉയർന്ന ഗാന്ധിയിലേക്ക് കാന്തശക്തിപോലെ അനേകമാളുകൾ ആകർഷിക്കപ്പെട്ടു. വല്ലഭായി പട്ടേലിനെപ്പോലുള്ള പ്രശസ്തരായ ബാരിസ്റ്റർമാരും ജമൻലാൽ ബജാജ്, ഖൻശ്യാം ദാസ് ബിർള,

ശങ്കർലാൽ ബേങ്കർ, അമ്പാലാൽ സാരാഭായി തുടങ്ങിയ വ്യവസായികളും ധനികരും അക്കൂട്ടത്തിൽപ്പെടുന്നു. അനേകം സ്ത്രീകളും ഗാന്ധിയുടെ വ്യക്തിപ്രഭാവത്തിൽ ആകൃഷ്ടരായി അദ്ദേഹത്തോടു വളരെ അടുപ്പം പുലർത്തി. അവരിൽ ഒരാളായിരുന്നു സരളാദേവി സാരാഭായി. സരളാദേവിയുമായുള്ള ഗാന്ധിജിയുടെ അടുപ്പം വളരെ ആഴമുള്ളതായിരുന്നു. അവരെ തന്റെ ആത്മീയ ഭാര്യയായിപ്പോലും ഗാന്ധി സങ്കല്പിച്ചു. രാജഗോപലാചാരിയെപ്പോലുള്ള സുഹൃത്തുക്കളുടെ ശക്തവും സമയോചിതവുമായ ഇടപെടലുകളുടെ ഫലമായിട്ടാണ് സരളാദേവിയുടെ മായികവലയത്തിൽനിന്നും ഗാന്ധി മോചിതനായത് എന്നു പറയപ്പെടുന്നു. ഇക്കാര്യങ്ങൾ കസ്തൂർബ എങ്ങനെ നേരിട്ടു എന്നതിനെ ക്കുറിച്ച് വിവരങ്ങൾ ലഭ്യമല്ല. സ്വാഭാവികമായും അവർ വളരെ അസ്വസ്ഥയായിരുന്നിരിക്കുമെന്ന് ഊഹിക്കാം.

പക്ഷേ, മറ്റെന്തിനെക്കാളും ഗാന്ധി പ്രണയിച്ചത് രാഷ്ട്രീയത്തെയായിരുന്നു. ബ്രിട്ടീഷ് വിരുദ്ധപ്രവർത്തനങ്ങളുടെ പ്രഭവകേന്ദ്രമായ ഗാന്ധിയെ സ്വതന്ത്രമായി വിടുന്നത് അപകടകരമായിരിക്കുമെന്നു മനസ്സിലാക്കിയ സർക്കാർ 1922 മാർച്ച് പത്തിന് സബർമതി ആശ്രമത്തിൽവച്ച് അദ്ദേഹത്തെ അറസ്റ്റ് ചെയ്തു. കോടതിയിൽ ഹാജരാക്കിയ ഗാന്ധി അവിടെ വികാരനിർഭരമായ ഒരു പ്രസ്താവന നടത്തി. സർക്കാർ വിരുദ്ധ പ്രക്ഷോഭത്തിന്റെ ഉത്തരവാദിത്വം ഗാന്ധി ഏറ്റെടുത്തു. പരമാവധി ശിക്ഷ വിധിച്ചുകൊള്ളാൻ അദ്ദേഹം ജഡ്ജിയോട് അഭ്യർത്ഥിച്ചു.

കോടതി ഗാന്ധിയെ ആറുവർഷത്തെ വെറും തടവിനു ശിക്ഷിച്ചു. ഗാന്ധിയെ സബർമതി ജയിലിലേക്കും അവിടന്ന് പൂനയിലെ യർവാദാ ജയിലിലേക്കും കൊണ്ടുപോയി.

ഗാന്ധിയുടെ വിചാരണസമയത്ത് കോടതിമുറിയിൽ കസ്തൂർബ ഉണ്ടായിരുന്നു. ഗാന്ധിയെ ജയിലിലടച്ചതിനെത്തുടർന്ന് കസ്തൂർബ രാജ്യത്തോട് ഒരു പ്രസ്താവന നടത്തി. 1922 മാർച്ച് ഇരുപത്തിമൂന്നിന് *യങ് ഇന്ത്യ*യിൽ അച്ചടിച്ച ആ പ്രസ്താവനയിൽ കസ്തൂർബ രാജ്യത്തെ ജനങ്ങളോട് ഗാന്ധി മുന്നോട്ടുവച്ച നിർമ്മാണ പ്രവർത്തനങ്ങളിൽ പങ്കുചേരാൻ ആവ

ശ്യപ്പെട്ടു. സ്ത്രീകളും പുരുഷന്മാരും വിദേശവസ്ത്രങ്ങൾ ഉപേക്ഷിച്ച് ഖാദി ധരിക്കുകയും മറ്റുള്ളവരെ അതിനു പ്രേരിപ്പിക്കുകയും ചെയ്യണമെന്ന് അവർ അഭ്യർത്ഥിച്ചു.

1924 ഫെബ്രുവരി അഞ്ചിന് ഗാന്ധിയെ സർക്കാർ നിരുപാധികം മോചിപ്പിച്ചു. ഏതാനും ദിവസങ്ങൾക്കുമുൻപ് ഗാന്ധി ഒരു ശസ്ത്രക്രിയയ്ക്കു വിധേയനായിരുന്നു. ബോംബെയിൽ കുറച്ചുദിവസം താമസിച്ചതിനുശേഷം ഗാന്ധി സബർമതി ആശ്രമത്തിലേക്കു പോയി. ജയിൽമോചിതനായ ഗാന്ധി സജീവ രാഷ്ട്രീയത്തിൽനിന്നും മാറി നിന്നു. ആശ്രമത്തിലെ പ്രവർത്തനങ്ങളിൽ കൂടുതൽ ശ്രദ്ധ പതിപ്പിച്ചു.

ഗാന്ധിയുടെ വരവോടെ ആശ്രമത്തിലെ ജീവിതം കൂടുതൽ ഊർജ്ജസ്വലമായി. കുട്ടികൾ അവരുടെ ബാപ്പുവിന്റെ കൂടെ കളിച്ചു. നൂൽനൂല്പും നെയ്ത്തും കൂടുതൽ വിപുലമായി. കൂടുതൽ ആളുകൾ ആശ്രമത്തിൽ അന്തേവാസികളായി ചേർന്നു. ഇക്കാലത്താണ് ഗാന്ധി ദക്ഷിണാഫ്രിക്കയിലെ സത്യഗ്രഹ സമരചരിത്രം എഴുതിയത്. തുടർന്ന് അദ്ദേഹം തന്റെ ആത്മകഥയും പ്രസിദ്ധീകരിച്ചു.

കസ്തൂർബ ഭർതൃ ശുശ്രൂഷയിലും ആശ്രമകാര്യങ്ങളിലും മുഴുകി. വിവിധ മതജാതി വിഭാഗങ്ങളിൽപ്പെട്ട പലതരം ആളുകൾ ഒരുമിച്ചു താമസിക്കുന്ന ആശ്രമത്തിൽ അവർക്കും മക്കൾക്കും പ്രത്യേകിച്ച് സ്ഥാനമൊന്നുമുണ്ടായിരുന്നില്ല. ആശ്രമത്തിലെ കർശനമായ അച്ചടക്കം പരിപാലിക്കുന്നതിൽ എല്ലാവർക്കും തുല്യ ഉത്തരവാദിത്വമുണ്ടായിരുന്നു. ആശ്രമത്തിന്റെ പൊതുവായ ധർമ്മങ്ങൾ പാലിക്കാൻ അന്തേവാസികൾ പ്രതിജ്ഞാബദ്ധരായിരുന്നു. അച്ചടക്കം പരിപാലിക്കുന്നതിൽ മഗൻലാൽ കർക്കശക്കാരനുമായിരുന്നു. പലപ്പോഴും അന്തേവാസികൾ മഗൻലാലിനെതിരെ പരാതിയുമായി ഗാന്ധിയെ സമീപിച്ചു.

കൽക്കത്തയിലായിരുന്ന ഹരിലാലിന്റെ ജീവിതം വളരെ പ്രയാസകരമായി തുടർന്നു. അദ്ദേഹം തുടങ്ങിവച്ച പദ്ധതികളെല്ലാം പരാജയമായിരുന്നു. ഭാര്യയുടെ മരണം അദ്ദേഹത്തെ

വല്ലാതെ തളർത്തി. കൂടാതെ ഹരിലാലും ഗാന്ധിയും തമ്മിലുള്ള ബന്ധം സംഘർഷഭരിതവുമായിരുന്നു. ഹരിലാലിന്റെ കഷ്ടസ്ഥിതിയിൽ കസ്തൂർബ അതിയായി ദുഃഖിച്ചു.

തന്റെ മക്കളുടെ കാര്യത്തിൽ കസ്തൂർബ ഉൽകണ്ഠപ്പെട്ടിരുന്നു. ദക്ഷിണാഫ്രിക്കയിലുള്ള മണിലാലിന്റെ വിവാഹം കഴിഞ്ഞിരുന്നില്ല. രാമദാസും വളർന്നു. ദേവദാസ് പഠിക്കുകയായിരുന്നു.

ദക്ഷിണാഫ്രിക്കയിലായിരുന്ന മണിലാൽ ഒരു മുസ്ലീം യുവതിയുമായി പ്രണയത്തിലായി. അവർ വിവാഹം കഴിക്കാനാഗ്രഹിച്ചു. ഗാന്ധിക്കത് സമ്മതമായിരുന്നില്ല. മണിലാലിന്റെ പ്രണയത്തെക്കുറിച്ച് ഗാന്ധി കസ്തൂർബയെ അറിയിച്ചില്ല. മണിലാലിനോട് ഈ ബന്ധത്തിൽനിന്നും പിന്മാറാൻ നിർദ്ദേശിച്ച് ഗാന്ധി കത്തയച്ചു. ഗാന്ധിയും ക്സതൂർബയും മണിലാലിനു വേണ്ടി വിവാഹാലോചനകൾ നടത്തി.

അച്ഛന്റെ എതിർപ്പിൽ മണിലാലിന് അതിയായ ദുഃഖമുണ്ടായിരുന്നു. എങ്കിലും അച്ഛന്റെ നിർദ്ദേശം നിരസിക്കാൻ മണിലാലിനു കഴിയുമായിരുന്നില്ല. മണിലാൽ ഇന്ത്യയിലെത്തുകയും അച്ഛനമ്മമാർ തനിക്കുവേണ്ടി കണ്ടെത്തിയ പെൺകുട്ടിയെ വിവാഹം കഴിക്കുകയും ചെയ്തു. 1927 മാർച്ച് ആറിനായിരുന്നു മണിലാലിന്റെ വിവാഹം. വിവാഹശേഷം മണിലാലും ഭാര്യ സുശീലയും സബർമതി ആശ്രമത്തിൽ കുറച്ചുദിവസം താമസിച്ചു. പിന്നെ ദക്ഷിണാഫ്രിക്കയിലേക്കു പോയി.

1928 ഏപ്രിൽ ആശ്രമത്തിന്റെ നട്ടെല്ലായിരുന്ന മഖൻലാൽ ഗാന്ധി മരണപ്പെട്ടു. മഖൻലാലിന്റെ മരണം ഗാന്ധിയെയും കസ്തൂർബയെയും ദുഃഖത്തിലാഴ്ത്തി. ഗാന്ധിയുടെ അച്ചടക്കമുള്ള ശിഷ്യനായിരുന്നു മഖൻലാൽ.

ഗാന്ധിയെയും കസ്തൂർബയെയും വേദനിപ്പിച്ചുകൊണ്ട് മരണം അവരുടെ ജീവിതത്തിൽ വീണ്ടും പ്രത്യക്ഷപ്പെട്ടു. ഇത്തവണ ഹരിലാലിന്റെ രണ്ടാമത്തെ മകൻ രസിക് ഗാന്ധിയെയാണ് മരണംകൊണ്ടു പോയത്. ഡൽഹിയിൽ ദേവദാസ് ഗാന്ധിയുടെകൂടെ താമസിച്ച് അദ്ദേഹത്തെ സഹായിക്കുകയായിരുന്നു രസിക്. രസികിന്റെ മരണം കസ്തൂർബയ്ക്കു സഹിക്കാൻ കഴി

ഞ്ഞില്ല. ഹരിലാലിന്റെ മക്കളെ വളർത്തുന്നത് കസ്തൂർബയാ യിരുന്നുവല്ലോ. മുത്തച്ഛന്റെ ആദർശങ്ങളിൽ അടിയുറച്ചു വിശ്വ സിച്ചിരുന്ന രസികിന്റെ മരണത്തെക്കുറിച്ച് ഗാന്ധി നവജീവനിൽ എഴുതി. ആ ലേഖനത്തിനു ഗാന്ധി നല്കിയ തലക്കെട്ട് 'ഉദയ ത്തിലെ അസ്തമയം' എന്നായിരുന്നു.

കാലം സംഭവബഹുലമായി മുന്നോട്ടുപോയി. 1925 ലും 1927 ലും ഗാന്ധി ദീർഘമായ ഭാരതയാത്രകൾ നടത്തിയിരുന്നു. ഗാന്ധിയുടെ യാത്രകൾ അടിമത്തത്തിന്റെ നിദ്രയിൽനിന്നും ഭാര തീയരെ ഉണർത്തി. ബ്രിട്ടീഷ് ഭരണത്തിനെതിരായ വികാരം ശക്തമായിരുന്നു. രാജ്യം സ്വാതന്ത്ര്യദാഹത്തിൽ വീർപ്പുമുട്ടി. ബ്രിട്ടീഷ് ഭരണകൂടത്തെ മുട്ടുകുത്തിക്കുന്ന സമരപരിപാടി കൾക്കുവേണ്ടി രാജ്യം തയ്യാറെടുത്തു. അതോടൊപ്പം ഹിന്ദു മുസ്ലീം വിഭാഗീയതയും വർദ്ധിച്ചുവന്നു. സ്വാതന്ത്ര്യസമരത്തിനു നേതൃത്വം കൊടുക്കുന്ന കോൺഗ്രസിനകത്തും വിവിധ ശാക്തി കചേരികൾ ശക്തിപ്രാപിച്ചിരുന്നു. അതുകൊണ്ടുതന്നെ ജന ങ്ങൾ ഗാന്ധിയെ പ്രതീക്ഷയോടെ ഉറ്റുനോക്കി.

രാജ്യത്തിന്റെ പൂർണ്ണസ്വാതന്ത്ര്യമാണ് തങ്ങളുടെ ലക്ഷ്യ മെന്ന് കോൺഗ്രസ് പ്രഖ്യാപിച്ചു. 1930 ജനുവരി ഇരുപത്തിയാ റിന് സ്വാതന്ത്ര്യ പ്രതിജ്ഞയെടുക്കാൻ ഗാന്ധി ജനങ്ങളോട് ആഹ്വാനം ചെയ്തു. പതിനായിരങ്ങൾ ആ ആഹ്വാനം ഏറ്റെ ടുത്തു. സിവിൽ നിയമങ്ങൾ ലംഘിച്ചുകൊണ്ട് സ്വാതന്ത്ര്യപ്ര ക്ഷോഭം ശക്തമാക്കുക എന്നതായിരുന്നു ഗാന്ധിയുടെ ഏറ്റവും പുതിയ സമരതന്ത്രം. ജനുവരിയിൽ മഹാകവി രവീന്ദ്രനാഥ ടാഗോർ സബർമതി ആശ്രമത്തിലെത്തി ഗാന്ധിയുമായി ചർച്ച നടത്തി.

ബ്രിട്ടീഷ് സാമ്രാജ്യത്വത്തിന്റെ ഉപ്പുനിയമം പരസ്യമായി ലംഘിച്ചുകൊണ്ട് നിയമലംഘനസമരം നടത്താൻ ഗാന്ധി തീരു മാനിച്ചു. ഇതിന്റെ ഭാഗമായി ഗാന്ധിയും തിരഞ്ഞെടുക്കപ്പെട്ട സത്യഗ്രഹികളും 240 കിലോമീറ്റർ അകലെയുള്ള ദണ്ഡി കട പ്പുറത്തേക്ക് മാർച്ച് നടത്തി ദണ്ഡി കടപ്പുറത്ത് വെച്ച് ഉപ്പുകു റുക്കി ബ്രിട്ടീഷ് സർക്കാരിന്റെ ഉപ്പുനിയമം ലംഘിക്കുമെന്ന്

ഗാന്ധി പ്രഖ്യാപിച്ചു.

രാജ്യത്തിന്റെ ശ്രദ്ധ മുഴുവൻ സബർമതി ആശ്രമത്തിലേക്കു തിരിഞ്ഞു. വിദേശപത്ര പ്രതിനിധികൾ ആശ്രമത്തിലെത്തി. രാജ്യമെങ്ങും ഉപ്പുസത്യഗ്രഹത്തിനു കളമൊരുങ്ങി.

ദണ്ഡിയാത്രയ്ക്കുള്ള ഒരുക്കങ്ങൾ ആവേശകരമായി നടന്നു. 1930 മാർച്ച് പന്ത്രണ്ടിന് വളരെ നേരത്തെതന്നെ കസ്തൂർബ ഉറക്കമുണർന്നു. അവരുടെ മനസ്സ് ഉദ്വേഗഭരിതമായിരുന്നു. ഗാന്ധിയോടൊപ്പം മാർച്ചിൽ അവരുടെ മക്കളായ മണിലാലും രാമദാസും ചെറുമകൻ കാന്തിയും ഉണ്ടായിരുന്നു. മണിലാൽ ദണ്ഡിയാത്രയിൽ പങ്കെടുക്കാനായിട്ടാണ് ദക്ഷിണാഫ്രിക്കയിൽനിന്നും വന്നത്.

സത്യഗ്രഹികൾ യാത്രയ്ക്കു തയ്യാറായി. ഓരോരുത്തരും ഗാന്ധിക്കു പിന്നിൽ അണിനിരന്നു. കസ്തൂർബ ഗാന്ധിയെ ഖാദി നൂലുകൊണ്ടുള്ള ഒരു മാല അണിയിച്ചു. തുടർന്ന് അദ്ദേഹത്തിന്റെ നെറ്റിയിൽ തിലകം ചാർത്തി. ആവേശഭരിതരായ ആയിരങ്ങളെ സാക്ഷിനിർത്തി രാവിലെ 6.30 ന് ഗാന്ധിയും മറ്റു സത്യഗ്രഹികളും യാത്ര പുറപ്പെട്ടു.

ഇന്ത്യയുടെ ഭാവി ചരിത്രത്തിലേക്കുള്ള യാത്രയായിരുന്നു അത്.

സമരഭൂമിയിലെ അമ്മ

ഇന്ത്യയിലെങ്ങും ഉപ്പു സത്യഗ്രഹത്തിന്റെ വികാരജ്വാലകൾ പടർന്നു. ഏപ്രിൽ അഞ്ചിന് ഗാന്ധിയും സംഘവും ദണ്ഡിയിലെത്തി. പതിനായിരങ്ങൾ അവരെ വരവേറ്റു. അവിടെ തടിച്ചുകൂടിയ ലോകത്തിന്റെ പലഭാഗങ്ങളിൽനിന്നുമുള്ള പത്രലേഖകരോടായി ഗാന്ധി പറഞ്ഞു:

"ശക്തിക്കെതിരെ ശരി നടത്തുന്ന ഈ യുദ്ധത്തിൽ ലോകത്തിന്റെ അനുകമ്പ ഞാൻ പ്രതീക്ഷിക്കുന്നു."

അടുത്ത ദിവസം രാവിലെ നിയമവിരുദ്ധമായി കുറുക്കിയെടുത്ത ഉപ്പ് വാരി അവിടെ തടിച്ചുകൂടിയ അനേകായിരം ദേശാഭിമാനികൾക്കുനേരെ ഉയർത്തി ശക്തമായ ബ്രിട്ടീഷ് ഭരണകൂടത്തെ ഗാന്ധി വെല്ലുവിളിച്ചു.

ദണ്ഡി കടപ്പുറം നിയമലംഘന സമരത്തിന്റെ വേദിയായി. നിരവധി സത്യഗ്രഹികൾ ദിവസവും അറസ്റ്റുവരിച്ചു. മെയ് അഞ്ചിന് ഗാന്ധിയെ അറസ്റ്റുചെയ്ത് യർവാദാ ജയിലിലേക്കു കൊണ്ടുപോയി.

മെയ് ഇരുപത്തിയൊന്നിന് സത്യഗ്രഹികളെ പൊലീസ് തല്ലിച്ചതച്ചു. സത്യഗ്രഹികളുടെ കൂട്ടത്തിൽ മണിലാൽ ഗാന്ധിയുമുണ്ടായിരുന്നു. പൊലീസ് മർദ്ദനത്തിൽ സത്യഗ്രഹികളുടെ

തല പൊട്ടി. സംഭവം റിപ്പോർട്ടുചെയ്ത അമേരിക്കൻ പത്രപ്രവർത്തകൻ വെബ് മില്ലർ ഇങ്ങനെ എഴുതി:

> ഇരുപത്തിരണ്ടു രാജ്യങ്ങളിലായി എന്റെ കഴിഞ്ഞ പതിനെട്ടു വർഷത്തെ പത്രപ്രവർത്തനത്തിനിടയിൽ ഇത്തരം ഭയാനകമായ ദൃശ്യങ്ങൾക്കു ഞാൻ സാക്ഷിയായിട്ടില്ല.

മണിലാലും രാമദാസും കാന്തിയും ജയിലിലായി. അവരെ സബർമതി ജയിലിൽ പാർപ്പിച്ചു. ദില്ലിയിൽ അറസ്റ്റിലായ ദേവദാസും ജയിലിലായി. ജയിലിൽ കഴിയുന്ന മക്കളെയും മറ്റു സത്യഗ്രഹികളെയും സബർമതി ജയിലിലെത്തി കസ്തൂർബ കണ്ടു. വെറുതെ ഇരിക്കാൻ അവർക്കു കഴിയുമായിരുന്നില്ല. അനേകം സ്ത്രീകൾ ഉപ്പുസത്യഗ്രഹത്തിൽ പങ്കെടുത്തിരുന്നു. സമരഭൂമിയിലൂടെ കസ്തൂർബ സഞ്ചരിച്ചു. അവരുടെ സാന്നിദ്ധ്യം സത്യഗ്രഹികൾക്ക് ആവേശം പകർന്നു. കസ്തൂർബയുടെ പ്രവർത്തനങ്ങളിൽ ഗാന്ധി സന്തോഷിക്കുകയും അവരെ പ്രകീർത്തിക്കുകയും ചെയ്തു.

1931 ജനുവരി 26 ന് ഗാന്ധി ജയിൽമോചിതനായി. ഗാന്ധി – ഇർവിൻ ഉടമ്പടിയുടെ ഭാഗമായി തടവുകാരെയെല്ലാം സർക്കാർ വിട്ടയച്ചു. ജയിൽമോചിതനായ മണിലാൽ ദക്ഷിണാഫ്രിക്കയിലേക്കു തിരിച്ചുപോയി. ഗാന്ധിയും കസ്തൂർബയും ബോംബെയിൽ താമസിച്ചു. 1931 ആഗസ്റ്റ് ഇരുപത്തിയൊൻപതിന് ഗാന്ധിയും സംഘവും രണ്ടാം വട്ടമേശ സമ്മേളനത്തിന് ഇംഗ്ലണ്ടിലേക്കു യാത്രതിരിച്ചു. ഇംഗ്ലണ്ട് യാത്രയിൽ കസ്തൂർബ ഗാന്ധിയെ അനുഗമിച്ചില്ല.

വട്ടമേശ സമ്മേളനത്തിനുശേഷം 1931 ഡിസംബർ ഇരുപത്തിയെട്ടിന് ബോംബെയിൽ കപ്പലിറങ്ങിയ ഗാന്ധി നിരാശനായിരുന്നു. ഇതിനകം സർക്കാർ ജവഹർലാൽ നെഹ്രുവിനെ അറസ്റ്റുചെയ്ത് തടവിലാക്കി. ഗാന്ധിക്കുള്ള സൂചനയായിരുന്നു അത്. രാജ്യത്തിന്റെ ആകാശം കറുത്തിരുന്നു. സർക്കാർ രാജ്യത്തെ പ്രത്യേക ഓർഡിനൻസ് ഭരണത്തിൻകീഴിൽ കൊണ്ടുവന്നു. പത്രങ്ങൾക്ക് സെൻസർഷിപ്പ് ഏർപ്പെടുത്തി.

കോൺഗ്രസിന്റെ പ്രവർത്തനം നിരോധിച്ചു. പൗരാവകാശങ്ങൾ നിഷേധിക്കപ്പെട്ടു.

1932 പുതുവർഷദിനത്തിൽ ഗാന്ധി ബോംബെയിൽ മണി ഭവനിലായിരുന്നു. കസ്തൂർബയും ദേവദാസും അവിടെ ഉണ്ടായിരുന്നു. ദേവദാസിന്റെ വിവാഹത്തിനു ഗാന്ധി അവിടെവച്ച് അനുമതി നല്കി. രാജഗോപാലാചാരിയുടെ മകൾ ലക്ഷ്മിയുമായി ദേവദാസ് പ്രണയത്തിലായിരുന്നു.

ജനുവരി നാലിന് ഗാന്ധിയെ അറസ്റ്റുചെയ്തു. ഗാന്ധി ലണ്ടനിൽനിന്നും മടങ്ങിവന്നിട്ട് ഒരാഴ്ച ആയിട്ടില്ല. കസ്തൂർബയ്ക്കു വലിയ വിഷമമായി.

കസ്തൂർബയുടെ കണ്ണുകൾ നിറഞ്ഞു കവിഞ്ഞു.

ഭാര്യയോടും മകനോടും യാത്രചോദിച്ച് ഗാന്ധി പൊലീസുകാരോടൊപ്പം ഇറങ്ങി. യർവാദാ ജയിലിലേക്കാണ് ഗാന്ധിയെ കൊണ്ടുപോയത്.

ഗാന്ധിയെ അറസ്റ്റു ചെയ്തതിനെത്തുടർന്ന് കസ്തൂർബ സബർമതി ആശ്രമത്തിലേക്കു പോയി. ആശ്രമം അടച്ചുപൂട്ടാനുള്ള നീക്കത്തിലായിരുന്നു സർക്കാർ. ആശ്രമത്തിലെത്തിയ കസ്തൂർബ അറസ്റ്റു ചെയ്യപ്പെട്ടു. കസ്തൂർബയെയും മറ്റു സ്ത്രീകളെയും സബർമതി ജയിലിൽ അടച്ചു. ഏതാനും ആഴ്ച കഴിഞ്ഞ് അവരെ വെറുതെ വിട്ടു. വീണ്ടും അറസ്റ്റുചെയ്ത് ആറു മാസത്തേക്കു ശിക്ഷിച്ചു.

ഇന്ത്യയിലെത്തിയശേഷം കസ്തൂർബയുടെ ആദ്യ ജയിൽവാസമായിരുന്നു അത്. കസ്തൂർബയെ ജയിലിലടച്ചതിൽ ഗാന്ധി അതീവദുഃഖിതനായിരുന്നു. ജയിലിൽനിന്ന് ദേവദാസ് ഗാന്ധിക്ക് അയച്ച കത്തിൽ ഗാന്ധി ഇപ്രകാരം എഴുതി:

> ഞാനുമായി ബന്ധപ്പെടുകയോ അടുക്കുകയോ ചെയ്യുന്നവർക്കെല്ലാം അതിനു വലിയ വില കൊടുക്കേണ്ടതായി വരുന്നു. ബായാണ് ഏറ്റവും കൂടുതൽ വില നല്കുന്നത്.

ഏതാനും ദിവസങ്ങൾക്കുശേഷം മകൻ രാമദാസിന് എഴു

തിയ ഒരു കത്തിൽ ഗാന്ധി ഇങ്ങനെ എഴുതി:

> ഞാൻ ബായോടു പെരുമാറിയതുപോലെ നിങ്ങളിൽ ആരെങ്കിലും സ്വന്തം ഭാര്യമാരോടു പെരുമാറുന്നത് ഞാനിഷ്ടപ്പെടുന്നില്ല. ബായ്ക്ക് എന്നോടു കോപിക്കാൻ അവകാശമില്ലായിരുന്നു. എന്നാൽ എനിക്കത് ഉണ്ടായിരുന്നുതാനും. ഇഷ്ടംപോലെ കാര്യങ്ങൾ നിർവ്വഹിക്കുന്നതിന് എനിക്കുണ്ടായിരുന്ന സ്വാതന്ത്ര്യം ഞാനവർക്കു നല്കിയിരുന്നില്ല.

ഇത്തവണ ഗാന്ധിയും കസ്തൂർബയും മക്കളും ഒരേസമയം ജയിലിൽ കഴിഞ്ഞു. പല ജയിലുകളിലായിരുന്നു അവർ.

അസംബ്ലി തെരഞ്ഞെടുപ്പുകളിൽ അവശജനവിഭാഗങ്ങൾക്ക് പ്രത്യേകം നിയോജകമണ്ഡലങ്ങൾ നല്കാൻ സർക്കാർ തീരുമാനിച്ചു. ഇതിനെതിരെ 1932 സെപ്റ്റംബർ ഇരുപതു മുതൽ നിരാഹാരസമരം നടത്തുമെന്നു ഗാന്ധി പ്രഖ്യാപിച്ചു. അവശജനവിഭാഗങ്ങളെ ഹിന്ദുമതത്തിൽനിന്നും വേറിട്ടുകാണുന്നത് ഗാന്ധി അംഗീകരിച്ചില്ല. തന്റെ ജീവൻകൊടുത്തും അതിനെ എതിർക്കാൻ ഗാന്ധി തീരുമാനിച്ചു.

നിരാഹാരസമരം പ്രഖ്യാപിച്ച ഭർത്താവിനൊപ്പം ചേരാൻ കസ്തൂർബയ്ക്ക് അനുമതി ലഭിച്ചു. യർവാദ ജയിലിൽ എത്തിയ കസ്തൂർബയെക്കുറിച്ച് ഗാന്ധിയുടെ സെക്രട്ടറിയായിരുന്ന പ്യാരേലാൽ എഴുതിയത് ഇങ്ങനെയാണ്:

"ഗംഭീരമായിരുന്നു അവരുടെ ഭാവം. എന്നത്തെയുംപോലെ ശാന്തയും സംതൃപ്തയുമായിരുന്നു അവർ. ദുഃഖത്തിന്റെയോ അസന്തുഷ്ടിയുടെയോ നേരിയ ലാഞ്ഛനപോലും അവർ പ്രകടിപ്പിച്ചില്ല."

യർവാദ ജയിലിലെ മരത്തണലിൽ ഗാന്ധി ഉപവാസം കിടന്നു. കസ്തൂർബ ഭർത്താവിന്റെ അരികിലിരുന്നു. ഈ ദൃശ്യം *ടൈംസ് ഓഫ് ഇന്ത്യ*യുടെ ലേഖകൻ ഇങ്ങനെ പകർത്തുന്നു:

> കൊച്ചുമാവിന്റെ തണലിൽ തടവുകാരുടെ പുതപ്പ് വിരിച്ച

ഒരു കട്ടിലിൽ ഗാന്ധി കിടക്കുകയായിരുന്നു. സംസാരത്തിനുശേഷം അദ്ദേഹം കട്ടിലിൽ പുറകോട്ടു ചാഞ്ഞു. അദ്ദേഹം വല്ലാതെ തളർന്നിരുന്നു. ഉടനെതന്നെ ജയിലിലെ രണ്ടു ഡോക്ടർമാർ അദ്ദേഹത്തിന്റെ അരികിലെത്തി. പക്ഷേ, ഗാന്ധി അദ്ദേഹത്തിന്റെ ഭാര്യയുടെ പരിചരണത്തിൽ ആശ്വാസം കണ്ടു. അവരും വളരെ ക്ഷീണിതയായിരുന്നു. അവർ തലയിണ അദ്ദേഹത്തിനു സൗകര്യപ്രദമാവുന്നവിധം നീക്കിവച്ചു. എന്നിട്ട് പതിയെ സംസാരിച്ചുകൊണ്ട് അദ്ദേഹത്തിന്റെ മൂർദ്ധാവിൽ ഒലിവെണ്ണ പുരട്ടിക്കൊടുത്തു.

ഗാന്ധിയുടെ ഉപവാസത്തിൽ ജനങ്ങൾ ദുഃഖിതരായി. രവീന്ദ്രനാഥ ടാഗോർ ഗാന്ധിയെ സന്ദർശിച്ചു. അവശ സമുദായങ്ങളുടെ നേതാവായ അംബേദ്ക്കർ ഒരുവശത്തും ജാതിഹിന്ദുക്കൾ മറുവശത്തുമായി ദീർഘമായ അനുരഞ്ജന ചർച്ചകൾ നടന്നു. ഒടുവിൽ അവശവിഭാഗങ്ങൾക്ക് പൊതുമണ്ഡലങ്ങളിൽ സീറ്റ് സംവരണം നല്കാമെന്നു ധാരണയായി. ഗാന്ധിയും ആ ധാരണ അംഗീകരിച്ചു. കസ്തൂർബ നല്കിയ ഓറഞ്ച് സത്ത് കുടിച്ച് ഗാന്ധി ഉപവാസം അവസാനിപ്പിച്ചു. ആ സമയത്ത് ഹരിലാൽ ഒഴിച്ചുള്ള മക്കളെല്ലാം അവരുടെ അരികിലുണ്ടായിരുന്നു.

ഗാന്ധി എന്നും അയിത്തജാതിക്കാരുടെ പക്ഷത്തായിരുന്നു. അയിത്തോച്ചാടനത്തിന് അദ്ദേഹം സ്വരാജിനെക്കാൾ പ്രാധാന്യം നല്കി. ഗാന്ധിയുടെ ഉപവാസം അവശ ജനവിഭാഗങ്ങളുടെ പ്രശ്നത്തെ ദേശീയ പ്രശ്നമാക്കി ഉയർത്തി. അയിത്തോച്ചാടനം ദേശീയസമരത്തിന്റെ ഭാഗമായി മാറി. രാജ്യത്തിന്റെ വിവിധ ഭാഗങ്ങളിൽ വലിയ സമ്മേളനങ്ങൾ നടന്നു. 1932 ഡിസംബർ മൂന്നിന് മദ്രാസിൽ ചേർന്ന അയിത്തോച്ചാടന സമ്മേളനത്തിൽ ഗാന്ധിയെ പ്രതിനിധീകരിച്ച് കസ്തൂർബ പങ്കെടുത്തു.

1933 ഫെബ്രുവരിയിൽ കസ്തൂർബ വീണ്ടും ജയിലിലായി. ആത്മശുദ്ധീകരണത്തിന്റെ ഭാഗമായി 1933 മെയ് എട്ടു മുതൽ ഇരുപത്തിയൊന്നു ദിവസത്തെ ഉപവാസം നടത്തുന്നതായി

ഗാന്ധി പ്രഖ്യാപിച്ചു. ഉപവാസസമയത്ത് ഭർത്താവിനോടൊപ്പം ചേരാൻ അനുമതി ചോദിച്ച കസ്തൂർബയെ സർക്കാർ ജയിലിൽനിന്നും മോചിപ്പിച്ചു. അവർ യർവാദ ജയിലിൽ ഗാന്ധിക്കരികിലെത്തി.

മെയ് എട്ടിന് ഉപവാസമാരംഭിച്ച ഗാന്ധിയെ അന്നുതന്നെ സർക്കാർ ജയിലിൽനിന്നും മോചിപ്പിച്ചു. ഗാന്ധിയും കസ്തൂർബയും പൂനയിലെ ഒരു സുഹൃത്തിന്റെ വീട്ടിലേക്കു പോയി. അവിടെ ഗാന്ധി തന്റെ ഉപവാസം തുടർന്നു. മെയ് ഇരുപത്തി ഒൻപതിന് ഗാന്ധി സഹനത്തിന്റെ ഇരുപത്തിയൊന്നു നാളുകൾ പിന്നിട്ടു. കസ്തൂർബ നല്കിയ ഓറഞ്ച് നീര് കുടിച്ച് ഗാന്ധി ഉപവാസം അവസാനിപ്പിച്ചു. ആരോഗ്യം വീണ്ടെടുക്കുന്നതുവരെ ഗാന്ധിയും കസ്തൂർബയും പൂനയിലെ ആ വീട്ടിൽ തങ്ങി. അവിടെവെച്ചാണ് ജൂൺ പതിനാറിന് ദേവദാസിന്റെ വിവാഹം നടന്നത്. വ്യത്യസ്ത ജാതിയിൽപ്പെട്ട വധൂവരന്മാരുടെ ആ വിവാഹത്തിനു വളരെ പ്രാധാന്യമുണ്ടായിരുന്നു. ദേവദാസിന്റെ വിവാഹം മംഗളകരമായി നടന്നതിൽ കസ്തൂർബ അതിയായി സന്തോഷിച്ചു.

ഈ സമയം ഗുജറാത്തിലെ ഖെയ്റാ ജില്ലയിലെ കർഷകർ പ്രക്ഷോഭത്തിലായിരുന്നു. ഗാന്ധിയും കസ്തൂർബയും അങ്ങോട്ടു തിരിച്ചു. അവിടെയെത്തിയ ഗാന്ധിയെയും കസ്തൂർബയെയും പൊലീസ് അറസ്റ്റു ചെയ്തു. 1933 ജൂലൈ മുപ്പത്തിയൊന്നിനായിരുന്നു ഇത്. ആഗസ്റ്റ് നാലിന് അവരെ യർവാദ ജയിലിലേക്കു മാറ്റി. ആഗസ്റ്റ് ഇരുപത്തി നാലിന് ഗാന്ധിയെ നിരുപാധികം മോചിപ്പിച്ചു. കസ്തൂർബയെയും അവരോടൊപ്പം ജയിലിലായ ഗാന്ധിയുടെ സെക്രട്ടറിയായ മഹാദേവ് ദേശായിയെയും മോചിപ്പിച്ചില്ല.

ഒരു വർഷക്കാലത്തെ തടവുശിക്ഷയായിരുന്നു കസ്തൂർബയ്ക്കു വിധിച്ചിരുന്നത്. ഗാന്ധിയുടെ കത്തുകളിലൂടെ പുറംലോകത്ത് നടക്കുന്ന കാര്യങ്ങൾ കസ്തൂർബ അറിഞ്ഞു. ഹരിലാലിന്റെ വിശേഷങ്ങൾ ഗാന്ധി കസ്തൂർബയെ അറിയിച്ചു. ഹരിലാലിന്റെ മകൾ റാമിയുടെ പുത്രൻ മരിച്ച വിവരമ

റിഞ്ഞ് കസ്തൂർബ കണ്ണുനീർ വാർത്തു. കസ്തൂർബയ്ക്ക് അയച്ച ഒരു കത്തിൽ ഗാന്ധി ഇങ്ങനെ എഴുതി:

"മറ്റുള്ളവരെ ജയിലിലയയ്ക്കുന്നത് അവസാനിപ്പിക്കാൻ ഞാൻ തീർച്ചയാക്കിയിരിക്കുന്നു. ഇനി ഞാൻ മാത്രമേ സത്യഗ്രഹം നടത്തൂ. നിങ്ങളൊക്കെ ജയിലിൽനിന്നും ഇറങ്ങിയാൽ സത്യഗ്രഹം നടത്തേണ്ടതില്ല."

1934 മെയ് അവസാനം കസ്തൂർബ ജയിൽമോചിതയായി. അവർ വാർദ്ധയിലേക്കു പോയി. അവിടെയായിരുന്നു ഗാന്ധി താമസിച്ചിരുന്നത്.

ഹരിജൻ സേവയും ഗ്രാമോദ്ധാരണവും ലക്ഷ്യംവച്ച് ഗാന്ധി ദീർഘമായ യാത്രകൾ നടത്തി. യാത്രകളിൽ കസ്തൂർബ ഗാന്ധിയെ അനുഗമിച്ചു. ഗാന്ധി പ്രസംഗിക്കുന്ന പൊതുവേദിയിൽ ഇരുന്ന് കസ്തൂർബ ചർക്കയിൽ നൂൽ നൂറ്റു. കസ്തൂർബ അങ്ങനെ നിശ്ശബ്ദമായ ഒരു സന്ദേശമായി. ആ സന്ദേശം അതിശക്തമായി രാജ്യമെങ്ങും വ്യാപിച്ചു.

ഗാന്ധിയുടെയും കസ്തൂർബയുടെയും ഇത്തരം യാത്രക

ളിലൊന്നിൽ അവിസ്മരണീയമായ ഒരു സംഭവമുണ്ടായി. 1936 ഏപ്രിൽ മാസത്തിലായിരുന്നു അത്. ഗാന്ധിയും കസ്തൂർബയും സഞ്ചരിച്ചിരുന്ന തീവണ്ടി കട്നി എന്ന സ്റ്റേഷനിൽ എത്തി. ഗാന്ധിയെ കണ്ട ജനങ്ങൾ മഹാത്മാഗാന്ധി കി ജയ് എന്ന് ആർത്തുവിളിച്ചു. അതിനിടയിൽ 'മാതാ കസ്തൂർബായി കി ജയ്' എന്ന വിളിയും ഉയർന്നു. ഹരിലാൽ ഗാന്ധിയായിരുന്നു ആൾക്കൂട്ടത്തിൽനിന്നും ആ മുദ്രാവാക്യം വിളിച്ചത്. കസ്തൂർബ ഹരിലാലിനെ കണ്ടു. ഗാന്ധിയുടെയും കസ്തൂർബയുടെയും സമീപത്തെത്തിയ ഹരിലാൽ അമ്മയ്ക്ക് ഒരു ഓറഞ്ച് കൊടുത്തു. നീയെനിക്ക് ഒന്നും കൊണ്ടുവന്നില്ലേ എന്നു ഗാന്ധി ഹരിലാലിനോടു ചോദിച്ചു.

"ഇല്ല. ഇത് അമ്മയ്ക്കാണ്. എന്റെ സ്നേഹത്തിന്റെ പേരിൽ." ഹരിലാൽ പറഞ്ഞു.

"എനിക്കു നിങ്ങളോട് ഒരു കാര്യമേ പറയാനുള്ളൂ. നിങ്ങൾ എന്തെങ്കിലും മഹത്ത്വം നേടിയിട്ടുണ്ടെങ്കിൽ അതെല്ലാം എന്റെ അമ്മ കാരണമാണ്. അതു മറക്കരുത്." ഹരിലാൽ വീണ്ടും എന്തൊക്കെയോ പറയാൻ ശ്രമിച്ചു. അപ്പോഴേക്കും വണ്ടി നീങ്ങി.

ഹരിലാലിന്റെ മുഖം കസ്തൂർബയുടെ ഹൃദയത്തിൽ തറഞ്ഞുനിന്നു.

1936 മെയ് മാസത്തിൽ ഹരിലാൽ ഇസ്ലാംമതം സ്വീകരിച്ചു.

ഗാന്ധിയും കസ്തൂർബയും അപ്പോൾ ബാംഗ്ലൂരിലായിരുന്നു. കസ്തൂർബ ഹരിലാലിന്റെ മകൾ റാമിക്ക് ഇങ്ങനെ എഴുതി:

"ഞാൻ വളരെ ദുഃഖിതയാണ്. പക്ഷേ, എന്തുചെയ്യാൻ കഴിയും. യഥാർത്ഥത്തിൽ എനിക്കു വല്ലാത്ത നാണക്കേട് തോന്നുന്നു. നമുക്ക് നമ്മുടെ രത്നമാണ് നഷ്ടപ്പെട്ടത്. ആ രത്നം മുസൽമാന്മാരുടെ കൈകളിലെത്തിയിരിക്കുന്നു."

ഹരിലാലിന്റെ ജീവിതം കസ്തൂർബയെ അതിയായി ദുഃഖിപ്പിച്ചു. ആ ദുഃഖം അനുദിനം വർദ്ധിച്ചുകൊണ്ടിരുന്നു.

സേവാഗ്രാമിൽ

ആയിരത്തി തൊള്ളായിരത്തി മുപ്പത് മാർച്ച് പന്ത്രണ്ടിന് സബർമതി ആശ്രമത്തിൽനിന്നും ദണ്ഡിയിലേക്ക് യാത്ര തിരിക്കുമ്പോൾ രാജ്യത്തിന്റെ സ്വാതന്ത്ര്യമായിരുന്നു ഗാന്ധിയുടെ മനസ്സിൽ. യാത്രയ്ക്കിടെ ഗാന്ധി പ്രഖ്യാപിച്ചു.

"സ്വാതന്ത്ര്യം ലഭിച്ചില്ലെങ്കിൽ മാർഗ്ഗമദ്ധ്യേ മരിച്ചുവീഴും. ഇല്ലെങ്കിൽ ആശ്രമത്തിനു പുറത്ത് താമസിക്കും. ഉപ്പുനികുതി പിൻവലിക്കാതെ ആശ്രമത്തിലേക്ക് മടങ്ങാൻ യാതൊരുദ്ദേശ്യവുമില്ല."

സർക്കാരിന്റെ കടുത്ത മർദ്ദന നടപടികൾക്കിടയിലും സബർമതി ആശ്രമം പ്രവർത്തിച്ചു. എങ്കിലും പ്രതിഷേധ പ്രവർത്തനങ്ങളുടെ ഹൃദയഭൂമിയായ ആശ്രമം അടച്ചുപൂട്ടാനുള്ള നീക്കത്തിലായിരുന്നു സർക്കാർ. ജയിലിനു പുറത്തുള്ള ആശ്രമവാസികളുമായി ഗാന്ധി വിശദമായ ചർച്ചകൾ നടത്തി. ഒടുവിൽ സബർമതി ആശ്രമത്തിന്റെ പ്രവർത്തനങ്ങൾ അവസാനിപ്പിക്കാൻ തീരുമാനിച്ചു. ആശ്രമം ഒഴിയുകയാണെന്നും അത് ഏറ്റെടുത്ത് ഉചിതമാംവിധം ഉപയോഗപ്പെടുത്തണമെന്നും കാണിച്ച് 1933 ജൂലൈ പതിനാറിന് ഗാന്ധി ബോംബെ സർക്കാരിന് കത്തയച്ചു.

ആശ്രമം ഒഴിയുക എന്നത് വേദനിപ്പിക്കുന്ന കാര്യമായിരുന്നു. ഗാന്ധി എഴുതി:

> ഇന്നു ഞാൻ എനിക്ക് ഏറെ പ്രിയപ്പെട്ട വസ്തു ഉപേക്ഷിക്കാൻ പോകുകയാണ്. ഞാനും എന്റെ അനേകം സഹപ്രവർത്തകരും അസാധാരണമായ ധൈര്യത്തോടും അഗാധമായ ചിന്തയോടും തുടർച്ചയായി നീണ്ട പതിനെട്ടുവർഷം അതിനുവേണ്ടി അദ്ധ്വാനിച്ചിട്ടുണ്ട്. ഈ സ്ഥാപനത്തിലെ ഓരോ മൃഗത്തിനും ഓരോ വൃക്ഷത്തിനും അതിന്റേതായ ചരിത്രമുണ്ട്. ഞങ്ങളുടെ കുടുംബത്തിലെ അംഗങ്ങളാണവ. വെറും ഒരു തരിശുഭൂമിയുടെ അംശമായിരുന്നു അത്. മനുഷ്യന്റെ അദ്ധ്വാനത്തിലൂടെ ഇന്നത് മനോഹരമായ പൂന്തോട്ടത്താൽ ചുറ്റപ്പെട്ട ആവാസസ്ഥാനമായിട്ടുണ്ട്. പ്രവർത്തനങ്ങളെയും ഈ കുടുംബത്തെയും ഉപേക്ഷിക്കുമ്പോൾ ഞങ്ങൾക്കനുഭവപ്പെടുന്ന വേദന കുറച്ചല്ല. ഇതേക്കുറിച്ച് ആശ്രമത്തിലെ അന്തേവാസികളുമായി ഹൃദയത്തിന്റെ അഗാധതകൾ വരെയിറങ്ങി ചിന്തിക്കുകയും ചർച്ചകൾ നടത്തുകയും ചെയ്തു. സകലരും ഏകകണ്ഠമായി ഈ പ്രവർത്തനങ്ങൾ ഉപേക്ഷിക്കുവാൻ നിശ്ചയിച്ചിരിക്കുകയാണ്.

ആശ്രമം ഒഴിയുകവഴി ആശ്രമത്തിലെ ഓരോ അന്തേവാസിയും സ്വയമൊരു ആശ്രമമായി മാറുകയാണെന്നും ഗാന്ധി പ്രഖ്യാപിച്ചു.

1934 ൽ ഗാന്ധി കോൺഗ്രസുമായുള്ള ബന്ധം വിച്ഛേദിക്കുകയും സ്വന്തം കർമ്മ മാർഗ്ഗങ്ങളിലൂടെ യാത്ര തുടരുകയും ചെയ്തു. ഗ്രാമ പുനരുദ്ധാരണവും ഹരിജൻ സേവയുമായിരുന്നു ഗാന്ധിയുടെ കർമ്മമാർഗ്ഗം. *ഹരിജൻ* എന്ന പേരിൽ ഒരു പത്രവും ഗാന്ധി പ്രസിദ്ധീകരിച്ചു.

സിദ്ധാന്തംകൊണ്ട് മാത്രം കാര്യമില്ലെന്നും പ്രവർത്തിച്ചു കാണിക്കേണ്ടതുണ്ടെന്നും ഗാന്ധി തീരുമാനിച്ചു. അതിന്റെ ഭാഗമായിട്ടാണ് 1936 ഏപ്രിൽ മുപ്പതിന് പുലർച്ചെ ഗാന്ധിയും

ഏതാനും സഹപ്രവർത്തകരും അടങ്ങുന്ന ചെറുസംഘം വാർധയിൽനിന്നും എട്ടുകിലോമീറ്റർ അകലെയുള്ള സേഗാവ് എന്ന കുഗ്രാമത്തിൽ എത്തിയത്. അവിടെയായിരുന്നു ഗാന്ധിയുടെ ശിഷ്യയായ മീരാബെൻ താമസിച്ചിരുന്നത്. അവിടത്തെ താമസക്കാരിൽ അധികവും ഹരിജനങ്ങളായിരുന്നു. നല്ലൊരു വഴിപോലും അവിടേക്കുണ്ടായിരുന്നില്ല. തനിക്കും ഭാര്യക്കും ഹരിജൻസേവയുമായി കഴിയാൻ ഒരിടം ആയിരുന്നു ഗാന്ധിയുടെ ലക്ഷ്യം.

സേഗാവിലെത്തിയ ഗാന്ധിയും സംഘവും അവിടെ ഒരു താല്ക്കാലിക കുടിൽ പണിത് താമസമാരംഭിച്ചു. സന്ദർശകരെ സ്വീകരിക്കാൻ വാർധയിലേക്കുപോകാം എന്നായിരുന്നു ഗാന്ധി കരുതിയത്. എന്നാൽ ഗാന്ധിയെ തേടി അനേകമാളുകൾ സേഗാവിലേക്കു വന്നുകൊണ്ടിരുന്നു.

സേഗാവിൽ ഗാന്ധിക്കായി ഒറ്റമുറിയുള്ള ഒരു മൺകുടിൽ പണിതു. കസ്തൂർബയ്ക്കായി മറ്റൊന്നു കൂടി പണിതു. അതോടെ കസ്തൂർബയും ചെറുമകൾ മനുവും സേഗാവിലെത്തി. അന്തേവാസികൾ കൂടിവന്നതോടെ കുടിലുകളുടെ എണ്ണം വർദ്ധിച്ചു. ക്രമേണ സേഗാവ് ഒരു ആശ്രമയമായി വളർന്നു. ഈ ആശ്രമത്തിനു പിന്നീട് 'സേവാഗ്രാം' എന്ന പേര് നല്കി. സേവനത്തിനുള്ള ഈ ഗ്രാമം ഗാന്ധിയുടെ ചിന്തകളുടെ ഒരു അക്കാദമിയായി വളർന്നു.

സബർമതി ആശ്രമത്തിലെ ചിട്ടകളും നിയമങ്ങളും തന്നെയായിരുന്നു ഇവിടെയും ഗാന്ധി പിന്തുടർന്നത്. പുലർച്ചെ നാലുമണിക്കുതന്നെ ആശ്രമം ഉണർന്നു. പ്രാർത്ഥനകൾക്കുശേഷം അന്തേവാസികൾ കർമ്മനിരതരായി. ഗ്രാമീണരുടെ ജീവിതത്തിൽ ഓരോരുത്തരും ഇടപഴകി. അതൊരു മാതൃകാഗ്രാമമായി വളർന്നു. 1942 വരെ ഗാന്ധിയും കസ്തൂർബയും ഇവിടെ താമസിച്ചു.

സേവാഗ്രാമിന്റെ പ്രവർത്തനങ്ങളിൽ കസ്തൂർബയുടെ നേതൃത്വവും പ്രധാനമായിരുന്നു. ആശ്രമത്തിലെ എല്ലാ കാര്യങ്ങളിലും ബായുടെ സാന്നിദ്ധ്യമുണ്ടായിരുന്നു. ഗാന്ധിയുടെ

കാര്യങ്ങൾക്ക് കസ്തൂർബ തന്നെ മേൽനോട്ടം വഹിച്ചു. ഗാന്ധിയെ പരിചരിക്കാൻ ആശ്രമത്തിലെ പെൺകുട്ടികൾ തമ്മിൽ മത്സരിച്ചുവെങ്കിലും അവരെയൊന്നും കസ്തൂർബ നിരാശരാക്കിയില്ല. എല്ലാവർക്കും ഓരോ ചുമതലകൾ കൊടുത്തു.

വൃത്തിയുടെ കാര്യത്തിൽ കസ്തൂർബ ഒരു വിട്ടുവീഴ്ചയും ചെയ്യുമായിരുന്നില്ലെന്ന് സേവാഗ്രാമിൽ അവരോടൊപ്പം താമസിച്ച ഡോക്ടർ സുശീല നയ്യാർ എഴുതുന്നു. അടുക്കളയിലെ പാത്രങ്ങളും മറ്റും അവർ പരിശോധിക്കുമായിരുന്നു.

രാവിലെ നാലുമണിക്ക് ഉണർന്ന് ഗാന്ധിയോടൊപ്പം പ്രാർത്ഥനകളിൽ പങ്കെടുത്തശേഷം കസ്തൂർബ അടുക്കളയിലേക്കു പോകും. ഗാന്ധിയുടെ പ്രാതൽ അവർ തന്നെ തയ്യാറാക്കും. ഗാന്ധി പ്രാതൽ കഴിച്ച് പ്രഭാത നടത്തത്തിനു പോകുന്ന വേളയിലാണ് കസ്തൂർബ കുളിയും മറ്റും നടത്തുക. അതിനുശേഷം അവർ രാമായണമോ ഗീതയോ വായിക്കും. ഒരു മണിക്കൂറെങ്കിലും അവർ ദിവസവും പുണ്യഗ്രന്ഥങ്ങൾ വായിക്കുമായിരുന്നു.

സേവാഗ്രാമിലെ ജീവിതകാലത്തെ കസ്തൂർബയെക്കുറിച്ച് ആശ്രമത്തിലെ താമസക്കാരനും ഗാന്ധിയൻ ചിന്തകനുമായ കാക്കാകലേക്കർ ഇങ്ങനെ എഴുതുന്നു:

> ബാപ്പുവിന്റെ ആദർശങ്ങളുടെ ഒരു അക്കാദമിയായിരുന്നു ആ ആശ്രമം. വളരെ അച്ചടക്കത്തോടെ പാലിക്കപ്പെടേണ്ടതാണ് ഈ ആദർശങ്ങൾ. ഇത്തരമൊരു കർക്കശമായ അന്തരീക്ഷത്തിൽ കസ്തൂർബ എല്ലാവരുടെയും അമ്മയായി. സ്നേഹത്തിന്റെയും അലിവിന്റെയും പ്രധാന ഉറവയായിരുന്നു അവർ. മറ്റുള്ളവർക്ക് ആശ്വാസം നല്കുന്നതിനായി അവർ പലപ്പോഴും നിയമങ്ങൾ തെറ്റിച്ചു. ബാപ്പു ഒടുവിൽ പരാജയം സമ്മതിക്കുകയും ബായ്ക്ക് ആശ്രയനിയമങ്ങളിൽ ഇളവ് അനുവദിക്കുകയും ചെയ്തു.

അറിഞ്ഞോ അറിയാതെയോ ഗാന്ധിയുടെ കർശനമായ നിയമങ്ങൾ കസ്തൂർബ ഇടയ്ക്കൊക്കെ തെറ്റിക്കുമായിരുന്നു. അവ ഗാന്ധിക്ക് വലിയ മനോവിഷമങ്ങൾ സൃഷ്ടിച്ചു. ഗാന്ധിയുടെ ഒറീസാ പര്യടനത്തിനിടെ അത്തരമൊരു സംഭവമുണ്ടായി. ഗാന്ധിയും സംഘവും പുരിയിൽ വിശ്രമിക്കുകയായിരുന്നു. കസ്തൂർബയും മരുമകൾ സുശീലയും മഹാദേവ് ദേശായിയുടെ ഭാര്യ ഗംഗാബഹനും സംഘത്തിലുണ്ടായിരുന്നു. കസ്തൂർബയ്ക്കും സംഘത്തിനും പട്ടണം സന്ദർശിക്കാൻ ഗാന്ധി അനുമതി നല്കി. പുരി ജഗനാഥ ക്ഷേത്രത്തിലെത്തിയ അവർ ഗാന്ധിയുടെ വിലക്കുകൾ മറന്ന് ക്ഷേത്രദർശനം നടത്തി. ഹരിജനങ്ങൾക്ക് പ്രവേശനമില്ലാത്ത ക്ഷേത്രങ്ങളിൽ ദർശനം നടത്തുന്നത് ഗാന്ധി സ്വയം വിലക്കിയിരുന്നു.

കസ്തൂർബയും മറ്റു സ്ത്രീകളും ക്ഷേത്രദർശനം നടത്തിയത് ഗാന്ധിയെ വല്ലാതെ പ്രകോപിപ്പിച്ചു. ഗാന്ധി തന്റെ കോപം മുഴുവൻ തീർത്തത് മഹാദേവ് ദേശായിയോടാണ്. മഹാദേവിന്റെ വിദ്യാസമ്പന്നയായ ഭാര്യ കസ്തൂർബയെ ഉപദേശിച്ചിരുന്നെങ്കിൽ അവർക്ക് തെറ്റു പറ്റില്ലായിരുന്നുവെന്നു ഗാന്ധി പറഞ്ഞു. ഇതു മഹാദേവിനെ വേദനിപ്പിച്ചു. മഹാദേവ് ഗാന്ധിയുടെ സെക്രട്ടറി സ്ഥാനം ഒഴിയാൻ ആഗ്രഹിക്കുന്നതായി ഗാന്ധിയെ അറിയിച്ചു. ഗാന്ധി കൂടുതൽ ദുഃഖിതനായി. അവർ തമ്മിലുള്ള പിണക്കം തീരാൻ കുറെ ദിവസങ്ങൾ വേണ്ടിവന്നു.

1939 ജനുവരിയിൽ രാജ്കോട്ടിൽ അവിടത്തെ രാജാവിനെതിരെ ജനങ്ങൾ നടത്തിവരുന്ന പ്രക്ഷോഭം വളരെ ശക്തമായി. പ്രക്ഷോഭത്തിന്റെ നേതൃത്വം വല്ലഭായി പട്ടേലിനായിരുന്നു. പ്രക്ഷോഭത്തിന്റെ മുൻനിരയിലുണ്ടായിരുന്ന പട്ടേലിന്റെ മകൾ മണിബനിനെ സർക്കാർ അറസ്റ്റ് ചെയ്ത് ജയിലിലടച്ചു. മണിബനിനെ അറസ്റ്റ് ചെയ്ത വിവരമറിഞ്ഞ് കസ്തൂർബ വിഷമിച്ചു. രാജ്കോട്ടിലേക്ക് ഉടനെ പുറപ്പെടാൻ കസ്തൂർബ ആഗ്രഹിച്ചു. രാജ്കോട്ട് അവരുടെ നാടാണ്. രാജ്കോട്ടിലേക്കു പോകാൻ ഗാന്ധി കസ്തൂർബയ്ക്ക് അനുമതി നല്കി. അവർ ഉടനെതന്നെ യാത്ര പുറപ്പെട്ടു. കസ്തൂർബയുടെ യാത്രയെക്കുറിച്ച് ഗാന്ധി ഹരിജനിൽ ഇപ്രകാരമെഴുതി:

> രാജ്കോട്ടിലെ ജനങ്ങളുടെ ദുരിതങ്ങളിൽ എന്റെ ഭാര്യക്ക് അതിയായ സങ്കടമുണ്ട്. എന്നെപ്പോലെ പ്രായമുള്ളവളും ജയിൽവാസമുൾപ്പെടെയുള്ള കഷ്ടതകൾ സഹിക്കാൻ ശേഷിയില്ലാത്തവളുമാണ് അവർ. എങ്കിലും രാജ്കോട്ടിലേക്കു പോകാൻ അവർ ആഗ്രഹിക്കുന്നു. ഒരുപക്ഷേ, ഇത് അച്ചടിച്ചു വരുന്നതിനുമുൻപ് അവർ രാജ്കോട്ടിലെത്തിയിരിക്കും.

രാജ്കോട്ടിലെത്തിയ കസ്തൂർബയ്ക്ക് വലിയ സ്വീകരണം ലഭിച്ചു. അവരുടെ വരവ് പ്രക്ഷോഭകർക്ക് ആവേശം നല്കി. 1939 ഫെബ്രുവരി മൂന്നിന് കസ്തൂർബയെ അറസ്റ്റുചെയ്ത് തടവിലാക്കി. കസ്തൂർബയെ വേണ്ടത്ര സൗകര്യങ്ങളില്ലാത്ത ഒരിടത്ത് ഏകാന്ത തടവിൽ പാർപ്പിച്ചു. ഇതു ജനരോഷം വർദ്ധിപ്പിച്ചു. അതിനെത്തുടർന്ന് കസ്തൂർബയെ രാജാവിന്റെ ഒരു ബംഗ്ലാവിലേക്കു മാറ്റുകയും മനുബെൻ, മൃദുല സാരാബായി തുടങ്ങിയവരെക്കൂടി അങ്ങോട്ടു മാറ്റുകയും ചെയ്തു.

തടവിലായ കസ്തൂർബയ്ക്ക് ഗാന്ധി ദിവസവും കത്തുകൾ അയച്ചു. കസ്തൂർബയുടെ അറസ്റ്റിനെക്കുറിച്ച് ഗാന്ധി എഴുതി:

> രാജ്കോട്ടിലെ പ്രക്ഷോഭത്തിൽ എന്റെ ഭാര്യ പങ്കെടുത്തതിനെക്കുറിച്ച് എന്തെങ്കിലും പറയാൻ ഞാനുദ്ദേശിച്ചിരുന്നില്ല. അവരതിൽ പങ്കെടുക്കുമെന്നു ഞാൻ കരുതിയിരുന്നില്ല. പക്ഷേ, തനിക്കു യുക്തമെന്നു തോന്നുന്നതുപോലെ പ്രവർത്തിക്കാൻ അവർക്കു പൂർണ്ണ സ്വാതന്ത്ര്യമുണ്ടായിരുന്നു. ഇപ്പോഴും അവർക്ക് ആ സ്വാതന്ത്ര്യമുണ്ട്. മണിബെനിനെ അറസ്റ്റു ചെയ്തതറിഞ്ഞപ്പോൾ ആ സംഭവത്തിൽനിന്നും മാറിനില്ക്കാൻ അവർക്കായില്ല. അതവർക്ക് ഒരു ഉൾവിളിയായിരുന്നു.

അധികം താമസിയാതെ ഗാന്ധി രാജ്കോട്ടിലെത്തുകയും കസ്തൂർബയെ സന്ദർശിക്കുകയും ചെയ്തു. പ്രക്ഷോഭത്തിന് പിന്തുണ പ്രഖ്യാപിച്ച് ഗാന്ധി ഉപവാസം പ്രഖ്യാപിച്ചു.

നാട്ടുരാജ്യമായ രാജ്കോട്ടിലെ പ്രക്ഷോഭം ദേശീയപ്രാധാന്യം നേടി. രാജ്കോട്ടിലെ പ്രശ്നങ്ങളിൽ വൈസ്രോയി ഇടപെട്ടു. രാജാവ് വിട്ടുവീഴ്ചകൾക്ക് വഴങ്ങുകയും പ്രക്ഷോഭകാരികളെ ജയലിൽനിന്നു വിട്ടയയ്ക്കുകയും ചെയ്തു. ഉപവാസം അവസാനിപ്പിച്ച് ഗാന്ധിയും കസ്തൂർബയും സേവാഗ്രാമത്തിലേക്കു മടങ്ങി. എഴുപതു തികഞ്ഞ ആ ദമ്പതികളിലായിരുന്നു രാജ്യത്തിന്റെ പ്രതീക്ഷ.

രാജ്കോട്ടിൽനിന്നും മടങ്ങിയ ഗാന്ധിയും കസ്തൂർബയും ദീർഘമായ യാത്രകൾ നടത്തി. അവർ ബംഗാളിലേക്കും ബീഹാറിലേക്കും പോയി. മടക്കയാത്രയിൽ ഡൽഹിയിൽ ഇറങ്ങി. കസ്തൂർബയ്ക്ക് നല്ല പനിയുണ്ടായിരുന്നു. അതു വകവയ്ക്കാതെ യാത്ര തുടർന്നു. സേവാഗ്രാമിൽ തിരിച്ചെത്തിയ കസ്തൂർബയുടെ പനി വർദ്ധിച്ചു. ഡോക്ടർ സുശീല നയ്യാരുടെ വിദഗ്ദ്ധ ചികിത്സയിൽ കസ്തൂർബയുടെ ആരോഗ്യം മെച്ചപ്പെട്ടു. അപ്പോൾ ഗാന്ധി വടക്കു പടിഞ്ഞാറൻ അതിർത്തി പ്രവിശ്യയിലേക്കുള്ള യാത്രയ്ക്ക് തയ്യാറെടുക്കുകയായിരുന്നു. ഗാന്ധിയോടൊപ്പം യാത്ര പുറപ്പെടാൻ കസ്തൂർബ അതിയായി ആഗ്രഹിച്ചു. ഗാന്ധി അവരെ വിലക്കി. എങ്കിലും ഏതാനും ദിവസം കഴിഞ്ഞ് ദേഹസ്ഥിതി മെച്ചമായപ്പോൾ കസ്തൂർബ ഗാന്ധിയോടൊപ്പം യാത്രയിൽ പങ്കുചേർന്നു.

അതിർത്തി പ്രവിശ്യയിൽനിന്നും മടങ്ങിവന്ന കസ്തൂർബ വീണ്ടും രോഗിയായി. സുശീല നയ്യാർ ആ സമയത്ത് ഉപരിപഠനത്തിനായി ഡൽഹിയിലായിരുന്നു. കസ്തൂർബ ഡൽഹിയിലേക്കു പുറപ്പെട്ടു. ഡൽഹിയിൽ മകൻ ദേവദാസുണ്ടായിരുന്നു. കസ്തൂർബ മകന്റെ കൂടെ താമസിച്ചു.

ഇക്കാലത്ത് മൂത്തമകൻ ഹരിലാലിനെക്കുറിച്ചുള്ള മോശം വാർത്തകൾ പത്രങ്ങളിൽ സ്ഥാനംപിടിച്ചിരുന്നു. ഹരിലാലിനെ ഓർത്ത് ആ മാതൃഹൃദയം വിതുമ്പി.

ഒരു അമ്മ മകനെഴുതുന്ന തുറന്ന കത്ത്

ഹരിലാലിന്റെ അവസ്ഥയിൽ ദുഃഖിതയായിരുന്ന തന്റെ അമ്മയെക്കുറിച്ച് മകൻ ദേവദാസ് ഗാന്ധി ഇപ്രകാരം എഴുതുന്നു.

അദ്ദേഹം (ഹരിലാൽ) ഇസ്ലാംമതം സ്വീകരിച്ചതിനുശേഷവും അദ്ദേഹത്തെക്കുറിച്ചു ഗുണപരമല്ലാത്ത അനേകം കാര്യങ്ങൾ പുറത്തുവന്നു. ബായ്ക്കത് സഹിക്കാൻ കഴിയുമായിരുന്നില്ല. ഒരുദിവസം രാവിലെ ബാ എന്റെ മുൻപിൽ ആ ദുഃഖങ്ങളെല്ലാം പുറത്തെടുത്തു. ബായുടെ വാക്കുകൾ വികാരഭരിതവും ഹൃദയഭേദകവുമായിരുന്നു. അല്പസമയം കഴിഞ്ഞ് അവരുടെ വാക്കുകൾ ഞാൻ പകർത്തിയെടുത്തു. അത് രാജ്യത്തെ പ്രധാന പത്രങ്ങളിലും വാരികകളിലും 'ഒരു അമ്മ മകനെഴുതുന്ന തുറന്ന കത്ത്' എന്ന പേരിൽ അച്ചടിച്ചു. പത്രങ്ങളിൽ 1936 സെപ്തംബർ 27 ന് പ്രസിദ്ധീകരിച്ച ആ കത്തിലെ വരികൾ താഴെപ്പറയും പ്രകാരമായിരുന്നു.

പ്രിയമകൻ ഹരിലാലിന്,

മദ്രാസിൽവച്ച് അർദ്ധരാത്രിയിൽ പൊതുനിരത്തിൽ മദ്യപിച്ച് ബഹളമുണ്ടാക്കിയതിനു പൊലീസ് നിന്നെ അറസ്റ്റ് ചെയ്തതായി ഞാൻ വായിച്ചു. അടുത്തദിവസം അവർ നിന്നെ മജിസ്ട്രേറ്റിന്റെ മുൻപിൽ ഹാജരാക്കുകയും

അവർ നിനക്ക് ഒരു രൂപ പിഴ ചുമത്തുകയും ചെയ്തു. വളരെ നല്ലവരായിരുന്നതുകൊണ്ട് അവർ നിന്നോടു വളരെ ദയയോടെ പെരുമാറി. നിന്റെ അച്ഛനോടു ബഹുമാനമുള്ളതുകൊണ്ട് മജിസ്ട്രേറ്റ് നിനക്ക് വളരെ ചെറിയ ശിക്ഷ മാത്രമേ നല്കിയിട്ടുള്ളൂ. എന്നാൽ ഈ സംഭവം അറിഞ്ഞതിനുശേഷം ഞാൻ വളരെ കടുത്ത വേദന സഹിച്ചുകഴിയുകയാണ്. നീ തനിച്ചാണോ അതോ കൂട്ടുകാരുമൊന്നിച്ചാണോ എന്നെനിക്കറിയില്ല. എന്തുതന്നെയായിരുന്നാലും നീ ചെയ്തത് ന്യായീകരിക്കാവുന്നതല്ല. നിന്നോട് എന്തു പറയണമെന്ന് എനിക്കറിയില്ല. കഴിഞ്ഞ കുറെക്കാലമായി സ്വയം നിയന്ത്രിക്കണമെന്നു ഞാൻ നിന്നോടു യാചിക്കാറുണ്ടായിരുന്നു. പക്ഷേ, കൂടുതൽ വൃത്തികേടുകളിലേക്കാണ് നീ പോയിക്കൊണ്ടിരുന്നത്. വൃദ്ധരായ മാതിപിതാക്കൾക്ക് അവരുടെ അവസാനകാലത്ത് എന്തൊരു ദുരിതമാണ് നീയുണ്ടാക്കിവയ്ക്കുന്നതെന്ന് ഒന്നാലോചിച്ചു നോക്കൂ.

നിന്റെ അച്ഛൻ ആരോടും ഒന്നും പറയാറില്ല. പക്ഷേ, നീ നല്കുന്ന ആഘാതങ്ങൾ ആ ഹൃദയത്തെ എങ്ങനെയൊക്കെ തകർക്കുന്നുണ്ടെന്നു ഞാനറിയുന്നു. ഞങ്ങളെ നിരന്തരം വേദനിപ്പിച്ചുകൊണ്ടു വലിയ പാപമാണ് നീ ചെയ്യുന്നത്. ഞങ്ങളുടെ മകനായി ജനിച്ചുവെങ്കിലും ഒരു ശത്രുവിനെപ്പോലെയാണ് നീ പെരുമാറുന്നത്.

നിന്റെ അടുത്തകാലത്തെ അലച്ചിലുകൾക്കിടയിൽ നീ നിന്റെ അച്ഛനെ വിമർശിക്കുകയും ഹരിഹസിക്കുകയും ചെയ്യുന്നതായി ഞാനറിഞ്ഞു. നിന്നെപ്പോലെ ബുദ്ധിമാനായ ഒരാൾക്കു ചേർന്ന കാര്യമല്ല അത്. സ്വന്തം അച്ഛനെക്കുറിച്ച് മോശം കാര്യങ്ങൾ പറഞ്ഞ് നീ സ്വയം അപമാനിതനാവുകയാണ്. അദ്ദേഹത്തിന്റെ ഹൃദയത്തിൽ നിന്നോടു സ്നേഹമല്ലാതെ മറ്റൊന്നുമില്ല. പെരുമാറ്റത്തിലെ വിശുദ്ധിക്കാണ് അദ്ദേഹം ഏറ്റവും കൂടുതൽ

പ്രാധാന്യം നല്കുന്നതെന്നു നിനക്കറിയാമല്ലോ. പക്ഷേ, നീയൊരിക്കലും അദ്ദേഹത്തിന്റെ ഉപദേശത്തിനു ചെവി കൊടുത്തില്ല. എന്നിട്ടും അദ്ദേഹം നിന്നെ കൂടെ നിർത്താനും ഭക്ഷണവും വസ്ത്രവും തരാനും നിന്നെ പരിചരിക്കാനും തയ്യാറായി.

നിന്റെ അച്ഛന് ഈ ലോകത്ത് ഒരുപാട് ഉത്തരവാദിത്വങ്ങൾ ഉണ്ട്. നിനക്കുവേണ്ടി കൂടുതലായൊന്നും ചെയ്യാൻ അദ്ദേഹത്തിനു കഴിയില്ല. അദ്ദേഹത്തിനു സ്വന്തം വിധിയിൽ ദുഃഖിക്കാനേ കഴിയൂ. ദൈവം അദ്ദേഹത്തിനു വലിയ മനഃശക്തി നല്കിയിട്ടുണ്ട്. ഈ ഭൂമിയിൽ തന്റെ ഉദ്ദേശ്യലക്ഷ്യങ്ങൾ നിറവേറ്റാനുള്ള ആയുസ്സ് ദൈവം അദ്ദേഹത്തിനു നല്കട്ടെ. പക്ഷേ, ഞാൻ വൃദ്ധയായ ഒരു സ്ത്രീയാണ്. നീ ഉണ്ടാക്കുന്ന മനോദുഃഖങ്ങൾ സഹിക്കാനുള്ള ശേഷി എനിക്കില്ല.

നിന്റെ പെരുമാറ്റത്തെക്കുറിച്ച് പരാതിപ്പെട്ടുകൊണ്ട് ആളുകൾ അയയ്ക്കുന്ന കത്തുകൾ നിന്റെ അച്ഛനു കിട്ടുന്നുണ്ട്. ഇത്തരം അപമാനങ്ങൾ അദ്ദേഹത്തിനു സഹിക്കേണ്ടിവരുന്നു. നീയെനിക്ക് ഒരിക്കലും ഒരിടത്തും സ്വൈര്യം തരുന്നില്ല. നാണക്കേടുകൊണ്ട് അന്യരെയോ സ്നേഹിതരെയോ നേരിടാൻ എനിക്കു കഴിയുന്നില്ല. നിന്റെ അച്ഛൻ എപ്പോഴും നിനക്കു മാപ്പുതരും. പക്ഷേ, ദൈവം നിന്റെ പെരുമാറ്റം അനുവദിച്ചുതരില്ല.

മദ്രാസിൽ നീ മാന്യമായ ഒരാളുടെ അതിഥിയായിരുന്നു. നീ അദ്ദേഹത്തിന്റെ വീട്ടിൽനിന്നും ഇറങ്ങിപ്പോകുകയും വാർത്തകളിൽ കാണുന്നതുപോലെ വൃത്തികെട്ട രീതിയിൽ പെരുമാറുകയും ചെയ്തു. നീ അദ്ദേഹത്തിന്റെ ആതിഥ്യമര്യാദയെ അവഹേളിച്ചു. നിന്റെ ആതിഥേയനെ ഇക്കാര്യങ്ങൾ അമ്പരപ്പിച്ചിട്ടുണ്ടാകും.

ഓരോദിവസവും ഞാനെഴുന്നേല്ക്കുന്നത് നിന്നെക്കുറി

ച്ചുള്ള എന്ത് അപമാനകരമായ വാർത്തകളാണ് പത്ര ങ്ങൾ കൊണ്ടുവരിക എന്ന് ആശങ്കപ്പെട്ടുകൊണ്ടാണ്. നീയെവിടെയാണ്, എവിടെ കിടക്കുന്നു, എന്തു കഴി ക്കുന്നു എന്നതിനെക്കുറിച്ചാലോചിച്ച് ഞാൻ ചിലപ്പോൾ അതിശയിക്കാറുണ്ട്. ഒരുപക്ഷേ, നീ നിഷിദ്ധമായ ഭക്ഷ ണമായിരിക്കും കഴിക്കുന്നത്. അതൊക്കെ എനിക്ക് ഉറ ക്കമില്ലാത്ത രാത്രികൾ നല്കുന്നു. നിന്നെ കാണണമെന്നു ഞാൻ പലപ്പോഴും വിചാരിക്കും. പക്ഷേ, നിന്നെ എവി ടെക്കാണാൻ കഴിയുമെന്ന് എനിക്കറിയില്ല. നീ എന്റെ മൂത്തപുത്രനാണ്. അൻപതുവയസ്സു കഴിഞ്ഞു. നിന്റെ അടുത്തുവരാൻ ഞാൻ ഭയപ്പെടുന്നു. കാരണം നീയെന്നെ അപമാനിക്കും.

നീ നിന്റെ സ്വന്തം മതം എന്തിന് ഉപേക്ഷിച്ചു എന്ന് എനി ക്കറിയില്ല. അതു നിന്റെ കാര്യം പക്ഷേ, നിരക്ഷരരും നിഷ്കളങ്കരുമായ ആളുകളോടു നീ നിന്നെ ഉദാഹരണ മായി സ്വീകരിക്കാൻ ആവശ്യപ്പെടുന്നതായി ഞാൻ കേൾക്കുന്നു. നിന്റെ പരിമിതികൾ എന്തുകൊണ്ടു നീ അറിയുന്നില്ല. നിന്റെ മാനസികാവസ്ഥയിൽ എന്തു തീരു മാനമാണ് നിനക്കെടുക്കാൻ കഴിയുക. നീ നിന്റെ അച്ഛന്റെ മകനാണെന്ന കാര്യമോർത്ത് ജനങ്ങൾ തെറ്റിദ്ധരി ക്കപ്പെടാൻ സാദ്ധ്യതയുണ്ട്. മത പ്രഭാഷണം നടത്താൻ നീ യോഗ്യനല്ല. നീയിനിയും ഇങ്ങനെതന്നെയാണ് നീങ്ങു ന്നതെങ്കിൽ മറ്റെല്ലാവരാലും നീ ഉപേക്ഷിക്കപ്പെടും. അതു കൊണ്ട് ഇതൊക്കെ നിർത്താനും നിന്റെ കാപട്യ ത്തിൽനിന്നും തിരിച്ചുവരാനും ഞാൻ കെഞ്ചുകയാണ്.

നിന്റെ മതംമാറ്റം എനിക്കിഷ്ടമായിരുന്നില്ല. എന്നാൽ നീ സ്വയം നന്നാവാനാണ് അങ്ങനെ ചെയ്തതെന്നറി ഞ്ഞതിൽ താൻ സ്വകാര്യമായി ആഹ്ലാദിച്ചു. മതംമാറ്റം കൊണ്ടു നീയൊരു വെളിവുള്ള ജീവിതം നയിക്കുമെന്നു ഞാൻ മോഹിച്ചു. പക്ഷേ, ആ മോഹവും നീ കഷണങ്ങ ളായി എറിഞ്ഞുടച്ചു. അടുത്തകാലത്ത് ബോംബെ

യിൽവച്ച് മുൻപത്തെക്കാളും വഷളായ നിലയിൽ നിന്നെ നിന്റെ ചില സുഹൃത്തുക്കളും അഭ്യുദയകാംക്ഷികളും കാണുകയുണ്ടായി. നിന്റെ പെരുമാറ്റം കാരണം നിന്റെ അച്ഛൻ വളരെ ദുഃഖിതനായിരുന്നു. നിന്റെ പെൺമക്കളും മരുമകനും നീ ഉണ്ടാക്കുന്ന ദുഃഖം താങ്ങാൻ കഴിയാതെ ബുദ്ധിമുട്ടുകയാണ്.

ദീർഘമായ ഈ കത്തിൽ ഹരിലാലിന്റെ മതംമാറ്റത്തിനു പ്രേരിപ്പിച്ച മുസ്ലീങ്ങളുടെ പ്രവൃത്തിയിൽ ദുഃഖം പ്രകടിപ്പിക്കുകയും അവരോടു തന്റെ മകനെ നന്നാക്കിയെടുക്കാൻ വേദനയോടെ അഭ്യർത്ഥിക്കുകയും ചെയ്യുന്നു. കസ്തൂർബയുടെ കത്ത് ഇങ്ങനെയാണ് അവസാനിക്കുന്നത്.

മുറിവേറ്റ ഒരു അമ്മയുടെ ദുർബ്ബലമായ ശബ്ദത്തിന് ഒരു പക്ഷേ, നിന്നെ സ്വാധീനിക്കാൻ കഴിയുന്നവരുടെ മനഃസാക്ഷിയെ ഉണർത്താൻ കഴിയും. എന്നാൽ നീ ചെയ്യുന്നതൊന്നും ദൈവത്തിന്റെ കണ്ണിൽ ശരിയല്ലെന്ന് എന്റെ മകനെന്ന നിലയിൽ നിന്നോട് ആവർത്തിക്കുക എന്നത് എന്റെ ചുമതലയാണെന്നു ഞാൻ കരുതുന്നു.

കസ്തൂർബയുടെ കത്ത് വിപരീതാർത്ഥത്തിലാണ് ഹരിലാൽ എടുത്തത്. ഒക്ടോബർ ഒന്നിന് കാൺപൂരിൽവച്ച് ഒരു പ്രസംഗത്തിൽ ഹരിലാൽ ഇങ്ങനെ പറഞ്ഞു:

ഞാൻ അബ്ദുള്ളയാണ്, ഹരിലാലല്ല. അതുകൊണ്ട് കത്ത് അംഗീകരിക്കാൻ ഞാൻ വിസമ്മതിക്കുന്നു. എന്റെ അമ്മയ്ക്ക് അക്ഷരജ്ഞാനമില്ല. അവർക്ക് ഒരു കത്തെഴുതാൻ കഴിയുമെന്നു ഞാൻ വിശ്വസിക്കുന്നില്ല. അത് മറ്റാരോ എഴുതിയതാണെന്നു ഞാൻ കരുതുന്നു.

ഹരിലാൽ പിന്നീട് ഹിന്ദുമതത്തിലേക്കു തിരിച്ചുവരുകയും പരിഭവത്തോടെ കസ്തൂർബയ്ക്ക് കത്തെഴുതുകയും ചെയ്തു. ഹരിലാലിന്റെ കത്ത് ആ അമ്മയുടെ കണ്ണുകൾ നിറച്ചു.

ബാപ്പുവിനൊപ്പം ജയിലിലേക്ക്

ആയിരത്തി തൊള്ളായിരത്തി നാല്പത്തിരണ്ട് ആഗസ്റ്റ് ഏഴ്, എട്ട് തീയതികളിൽ നിശ്ചയിച്ചിരുന്ന കോൺഗ്രസ് സമ്മേളനത്തിന് ബോംബെ ഒരുങ്ങി. ഈ സമ്മേളനത്തിൽ രാജ്യത്തിന്റെ ഭാവി നിശ്ചയിക്കുന്ന സുപ്രധാന തീരുമാനങ്ങൾ ഉണ്ടാവും. അതിൽ പങ്കെടുക്കുന്നതിനായി ഗാന്ധിയും സംഘവും സേവാഗ്രാമത്തിൽനിന്നും യാത്രതിരിച്ചു. കസ്തൂർബയും ഗാന്ധിയെ അനുഗമിച്ചു. ബോംബെയിൽ ബിർളാമന്ദിരത്തിലായിരുന്നു അവർ താമസിച്ചത്.

ഏതാനും ദിവസങ്ങൾക്കുമുൻപ് സേവാഗ്രാമിൽ ചേർന്ന കോൺഗ്രസ് പ്രവർത്തകസമിതി യോഗം ക്വിറ്റ് ഇന്ത്യ പ്രമേയം ചർച്ച ചെയ്ത് അംഗീകരിച്ചിരുന്നു. അതിന് എ ഐ സി സിയുടെ അംഗീകാരം ആവശ്യമായിരുന്നു. സമ്മേളനത്തിൽ നെഹ്റു ക്വിറ്റ് ഇന്ത്യാ പ്രമേയം അവതരിപ്പിച്ചു. പട്ടേൽ പിന്താങ്ങി.

ആഗസ്ത് എട്ടിന് ഗാന്ധി പ്രസംഗിച്ചു. ഗാന്ധിയുടെ പ്രസംഗം രണ്ടു മണിക്കൂറിലേറെ നീണ്ടുനിന്നു. ഗാന്ധി കോൺഗ്രസ് പ്രവർത്തകർക്കു നിർണ്ണായക സന്ദേശം നല്കി.

“പ്രവർത്തിക്കുക, അല്ലെങ്കിൽ മരിക്കുക.”

ആഗസ്ത് ഒൻപതിന് പുലർച്ചെ ഗാന്ധിയെ അറസ്റ്റ്

ചെയ്തു. കൂടെ മഹാദേവ് ദേശായി, സരോജിനി നായിഡു, മീരാബെൻ എന്നിവരും അറസ്റ്റ് ചെയ്യപ്പെട്ടു. അന്നു വൈകുന്നേരം ശിവാജി പാർക്കിൽ ചേരുന്ന പൊതുസമ്മേളനത്തിൽ തനിക്കു പകരം സംസാരിക്കാൻ ഗാന്ധി കസ്തൂർബയോട് ആവശ്യപ്പെട്ടു.

അറസ്റ്റ് ചെയ്യപ്പെട്ട ഗാന്ധിയെയും മറ്റു സഹപ്രവർത്തക രെയുംകൊണ്ട് പൊലീസ് വാഹനം ബർളാമന്ദിരം കടന്നു. കസ്തൂർബയുടെ കണ്ണുകൾ നിറഞ്ഞു. അവർ തന്റെ ഉത്തര വാദിത്വം നിറവേറ്റുന്നതിനെപ്പറ്റിയുള്ള ആലോചനകളിൽ മുഴുകി.

കസ്തൂർബ സമ്മേളനത്തിൽ പ്രസംഗിക്കുമെന്ന വിവരം പൊലീസ് അറിഞ്ഞു. ഒരു പൊലീസ് ഉദ്യോഗസ്ഥൻ വന്ന് സമ്മേളനസ്ഥലത്തേക്കു പോകരുതെന്ന് കസ്തൂർബയോട് അപേക്ഷിച്ചു. പക്ഷേ, അവർ പിന്മാറാൻ തയ്യാറായില്ല.

വൈകുന്നേരം കസ്തൂർബയെയും സുശീല നയ്യാരെയും പൊലീസ് അറസ്റ്റ് ചെയ്തു. ആർതർ റോഡ് ജയിലിലേക്കാണ് അവരെ കൊണ്ടുപോയത്. ആ ദിവസത്തെക്കുറിച്ച് സുശീല നയ്യാർ എഴുതുന്നത് ഇങ്ങനെയാണ്.

> ബാ വളരെ ക്ഷീണിതയായിരുന്നു. അന്നു പകൽ ഒന്നും കഴിച്ചിരുന്നില്ല. ആറരമണിയായപ്പോഴേക്കും ബാ ഉറങ്ങി പ്പോയി. രാത്രിയിൽ ബാ ഉണർന്നു. അവർക്കു വയറിളക്കം പിടിപെട്ടതായി തോന്നി. മൂന്നു നാലുതവണ ടോയ്‌ല റ്റിൽപോയ ബായുടെ ഞരക്കം കേട്ടാണ് ഞാനുണർന്ന ത്. ഞാനവരെ സഹായിക്കാനായി എഴുന്നേറ്റു. അവർക്കു കാലുറയ്ക്കുന്നുണ്ടായിരുന്നില്ല.

ആർതർ റോഡ് ജയിലിൽ സാധാരണ തടവുകാർക്കൊപ്പം വനിതാ സെല്ലിലാണ് കസ്തൂർബയെയും സുശീലയെയും പാർപ്പിച്ചത്..

അടുത്തദിവസം രാത്രി അവരെ ആഗാഖാൻ പാലസി ലേക്കു കൊണ്ടുപോയി. അവിടെയായിരുന്നു ഗാന്ധിയെയും സഹതടവുകാരെയും സർക്കാർ പാർപ്പിച്ചിരുന്നത്. പൂന യിൽനിന്നും ഏതാനും കിലോമീറ്റർ അകലെയായിരുന്നു ആഗാ

ഖാൻ കൊട്ടാരം. ബോറാ സമുദായത്തിൽപ്പെട്ട വളരെ ധനികനായ ആഗാഖാന്റെ ഉടമസ്ഥതയിലുള്ള കെട്ടിടമായിരുന്നു അത്. വിദേശത്തായിരുന്ന ആഗാഖാൻ കെട്ടിടം സർക്കാരിന്റെ ആവശ്യത്തിനു വിട്ടുകൊടുക്കുകയായിരുന്നു.

ആഗാഖാൻ കൊട്ടാരത്തിലെത്തിയ അവരെ ഗാന്ധിയുടെ അടുത്ത് എത്തിച്ചു.

“ഇങ്ങോട്ടു കൊണ്ടുവരാൻ നിങ്ങൾ അധികാരികളോട് ആവശ്യപ്പെട്ടോ?” ഗാന്ധി തിരക്കി.

“ഇല്ല ഒരിക്കലുമില്ല” കസ്തൂർബ പറഞ്ഞു.

കഴിഞ്ഞ രണ്ടുദിവസത്തെ യാതനകൾ കസ്തൂർബയും സുശീലയും വിശദമാക്കി. കസ്തൂർബയെ അവർക്കായി നീക്കിവച്ച മുറിയിലേക്കു കൊണ്ടുപോയി. സുശീല അവരെ അനുഗമിച്ചു.

ഗാന്ധിയുടെയും കസ്തൂർബയുടെയും അറസ്റ്റിന്റെ വാർത്ത രാജ്യം മുഴുവൻ പരന്നു. രാജ്യമെങ്ങും ക്വിറ്റ് ഇന്ത്യാ പ്രക്ഷോഭത്തിന്റെ കാഹളം ഉയർന്നു. ആഗസ്റ്റ് പത്തിന് കോൺഗ്രസിനെ നിരോധിച്ചുകൊണ്ട് സർക്കാർ തിരിച്ചടിച്ചു. പത്രങ്ങൾക്ക് സെൻസർഷിപ്പ് ഏർപ്പെടുത്തി. അനേകംപേർ ജയിലിലായി.

കസ്തൂർബയുടെ സാന്നിദ്ധ്യം ഗാന്ധിക്ക് ആശ്വാസം പകർന്നു. ഇതാദ്യമായിട്ടാണ് അവർ ഒരുമിച്ച് തടവുശിക്ഷ അനുഭവിക്കുന്നത്. എഴുപത്തിമൂന്നു വയസ്സുള്ള വൃദ്ധരായിരുന്നു അവർ. ജയിലിൽ അവരോടൊപ്പം മഹാദേവ് ദേശായി, പ്യാരേലാൽ, സരോജിനി നായിഡു, മീരാബെൻ, സുശീല നയ്യാർ തുടങ്ങിയവർ ഉണ്ടായിരുന്നു. പിന്നീട് ചെറുമകൾ മനുവിനെയും സർക്കാരിനു പ്രത്യേക അപേക്ഷ നല്കി ജയിലിലേക്കു വരുത്തി.

ആഗാഖാൻ കൊട്ടാരത്തിലെ തടവുകാലം ഗാന്ധി ദമ്പതികൾക്ക് വേദനയുടെയും ദുഃഖത്തിന്റെയും കാലമായിരുന്നു. ജയിലിലെത്തി ഏതാനും ദിവസം കഴിഞ്ഞപ്പോൾ മഹാദേവ് ദേശായിയുടെ മരണത്തിലൂടെ ആദ്യത്തെ ആഘാതം അവരെ തേടിയെത്തി. ആഗസ്റ്റ് പതിനഞ്ചിന് മഹാദേവ് ദേശായി ഹൃദയാഘാതം മൂലം മരണപ്പെട്ടു.

കസ്തൂർബയ്ക്ക് മഹാദേവിനെ വളരെ ഇഷ്ടമായിരുന്നു. ബ്രാഹ്മണനായിരുന്ന മഹാദേവിനോട് അവർക്കു വളരെ ബഹുമാനമായിരുന്നു. പുത്രസമാനമായ വാത്സല്യവും ഉണ്ടായിരുന്നു. മഹാദേവിന്റെ മരണം ബായ്ക്കു സഹിക്കാൻ കഴിഞ്ഞില്ല. അവരുടെ കൺമുൻപിൽ വച്ചാണ് മഹാദേവിന്റെ മരണം സംഭവിച്ചത്. തന്നെവിട്ട് മഹാദേവിനെ ദൈവം കൊണ്ടുപോയതായി അവർ പരിഭവപ്പെട്ടു.

മഹാദേവ് ദേശായിയുടെ മരണം ആഗാഖാൻ കൊട്ടാരത്തെ കുറെ ദിവസങ്ങളോളം മ്ലാനമാക്കി. തടവുകാലത്ത് അത്തരമൊരു അവസ്ഥ ദുഃഖകരമായിരുന്നു. അത് മറികടക്കാൻ ഗാന്ധി ഉത്സാഹിച്ചു. ഓരോരുത്തർക്കും പ്രത്യേകം ജോലികളും ഉത്തരവാദിത്വങ്ങളും നല്കി. കളികളും വ്യായാമങ്ങളും ഏർപ്പെടുത്തി. ഗാന്ധി കസ്തൂർബയെ കണക്കും ഭൂമിശാസ്ത്രവും ചരിത്രവും പഠിപ്പിച്ചു. പഠിക്കാൻ കസ്തൂർബയ്ക്കും ഉത്സാഹമായിരുന്നു. എല്ലാദിവസവും ഉച്ചഭക്ഷണത്തിനുശേഷം ഒരു ഓറഞ്ച് ഉപയോഗിച്ച് ഗാന്ധി കസ്തൂർബയെ ഭൂമിശാസ്ത്രം പഠിപ്പിച്ചു. അക്ഷാംശവും രേഖാംശവും എന്തെന്നു കസ്തൂർബ പഠിച്ചു.

അഞ്ചാം ക്ലാസിലെ ഗുജറാത്തി പാഠപുസ്തകം കസ്തൂർബയെ ഗാന്ധി പഠിപ്പിച്ചു. കസ്തൂർബയ്ക്ക് വായിക്കാനായി രാമായണത്തിന്റെ സംക്ഷിപ്തരൂപവും ലളിതമായ ഭാഷയിൽ തയ്യാറാക്കി നല്കി. അവരതു വായിച്ചു ദിനപത്രങ്ങളും അവൾ വായിച്ചു.

ഗാന്ധിയുടെ രാവിലെയും വൈകുന്നേരവുമുള്ള പതിവു നടത്തത്തിൽ കസ്തൂർബയും പങ്കുചേർന്നു. ഭക്ഷണം പാകം ചെയ്യുന്നതിൽ കസ്തൂർബ നേതൃത്വം കൊടുത്തു. ഗാന്ധിക്ക് ഇഷ്ടപ്പെട്ട വിശേഷ ഭക്ഷണങ്ങൾ അവർ തയ്യാറാക്കി.

നൂൽ നൂല്ക്കലിൽ കസ്തൂർബ പ്രത്യേകം ശ്രദ്ധവച്ചു. ബാക്കി സമയം പുരാണങ്ങൾ വായിച്ചു കേൾക്കുന്നതിലും പ്രാർത്ഥനകളിലും മുഴുകി.

പുറത്ത് സർക്കാർ കുപ്രചരണങ്ങൾ നടത്തുകയായിരുന്നു.

സമരത്തിന്റെ ഭാഗമായുണ്ടായ അക്രമങ്ങൾക്കും മറ്റും സർക്കാർ കോൺഗ്രസിനെയും ഗാന്ധിയെയും കുറ്റപ്പെടുത്തി. ഗാന്ധി ഉൾപ്പെടെയുള്ള തടവുകാരെ വിട്ടയയ്ക്കാനുള്ള നീക്കമൊന്നും സർക്കാർ നടത്തിയില്ല. ഇതിൽ പ്രതിഷേധമറിയിച്ച് ഗാന്ധി വൈസ്രോയിക്ക് കത്തയച്ചു. ഉടൻതന്നെ ഇരുപത്തിയൊന്നു ദിവസത്തെ ഉപവാസവും പ്രഖ്യാപിച്ചു.

1943 ഫെബ്രുവരി 10 ന് ഗാന്ധി ഉപവാസമാരംഭിച്ചു. കസ്തൂർബയും ഗാന്ധിയുടെ അരികിൽ ഇരുന്നു. അവർ പതിവുള്ള ആഹാരം ഉപേക്ഷിച്ചു. ഒരുനേരം മാത്രം സ്വല്പം പഴവും ഒരു കപ്പ് പാലും കഴിച്ചു. കസ്തൂർബയുടെ ആരോഗ്യസ്ഥിതി വെച്ച് ഇതു നല്ല കാര്യമായിരുന്നില്ല. പക്ഷേ, ബാ ഉറച്ചു തന്നെയിരുന്നു.

ഉപവാസത്തിന്റെ മൂന്നാം ദിവസം ഗാന്ധിയുടെ ശാരീരിക നില മോശമായി. ഓരോ ദിവസവും ഗാന്ധിയുടെ അവശത കൂടിവന്നു. ഉപവാസ സമയത്ത് ജയിലിന്റെ വാതിലുകൾ തുറന്നിട്ടിരുന്നു. അനേകം സന്ദർശകർ ഗാന്ധിയെ കാണാൻ വന്നു. കസ്തൂർബ സന്ദർശകരെ സ്വീകരിച്ചു. അവരോടു സംസാരിച്ചു.

ഉപവാസം രണ്ടാഴ്ച പിന്നിട്ടപ്പോൾ ഗാന്ധി വളരെ അപകടാവസ്ഥയിലായി. കസ്തൂർബ അതിയായി വിഷമിച്ചു. ഗാന്ധി മരണത്തിന്റെ വക്കിലായിരുന്നു. എങ്കിലും അവരുടെ ആത്മധൈര്യം നഷ്ടപ്പെട്ടില്ല. ഗാന്ധി ജയിലിൽവെച്ച് മരിക്കുമെന്നാണ് സർക്കാർ കരുതിയിരുന്നത്. അങ്ങനെ സംഭവിച്ചാൽ അതിനെ നേരിടാനുള്ള ഒരുക്കങ്ങൾ അധികാരികൾ ചെയ്തിരുന്നു. അതിന്റെ ഭാഗമായി സന്ദർശകർക്കുള്ള പ്രവേശനം സർക്കാർ നിരോധിച്ചു.

ഉപവാസം ഇരുപത്തിയൊന്നാം ദിവസത്തിലേക്കു കടന്നു. അദ്ദേഹത്തിന്റെ ശരീരത്തിൽ ജീവൻ ബാക്കിയുണ്ടായിരുന്നു കസ്തൂർബ അദ്ദേഹത്തിന് ഓറഞ്ച് നീര് നല്കി. അത് കുടിച്ച് ഗാന്ധി ഉപവാസം അവസാനിപ്പിച്ചു. ഗാന്ധിയുടെ ഉപവാസം ഒരു അഗ്നികുണ്ഠമായിരുന്നു. കസ്തൂർബ അതിൽ സ്വയം ദഹിച്ചു. കസ്തൂർബ പ്രകടിപ്പിച്ച ആത്മധൈര്യത്തെക്കുറിച്ച് ഗാന്ധി

പിന്നീടൊരിക്കൽ പ്രത്യേകം സ്മരിക്കുന്നുണ്ട്.

ഗാന്ധിയുടെ ഉപവാസത്തിനുശേഷം കസ്തൂർബ രോഗാതുരയായി. മാർച്ച് 16 ന് അവർക്കു രണ്ടുതവണ ഹൃദയാഘാതമുണ്ടായി.

അവസാനദിനങ്ങൾ

ആയിരത്തി തൊള്ളായിരത്തി നാല്പത്തിമൂന്നിന്റെ അവസാനമായി. ഗാന്ധികുടുംബം ജയിലിൽ ഒരുവർഷം പിന്നിട്ടു. കസ്തൂർബയുടെ ആരോഗ്യസ്ഥിതി വളരെ മോശമായി. ഗാന്ധി കസ്തൂർബയെ പരിചരിച്ചു. സരോജിനിനായിഡുവും സുശീലനയ്യാരും കസ്തൂർബയുടെ അരികിൽനിന്നും മാറിയില്ല. മക്കളായ രാമദാസിനും ദേവദാസിനും മാതാപിതാക്കളെ കാണാൻ സർക്കാർ അനുമതി നല്കിയിരുന്നു. മക്കളുടെ സാന്നിദ്ധ്യം കസ്തൂർബയ്ക്ക് ആശ്വാസം പകർന്നു. അവരുടെ രണ്ടാമത്തെ മകൻ മണിലാൽ ദക്ഷിണാഫ്രിക്കയിലായിരുന്നു. മൂത്തമകൻ ഹരിലാൽ എവിടെയാണെന്ന് ഒരു വിവരവുമില്ല. ഹരിലാലിനെ കാണാൻ കസ്തൂർബ അതിയായി ആഗ്രഹിച്ചു. ഹരിലാലിനു വേണ്ടി സന്ദേശങ്ങൾ പോയി.

ഫെബ്രുവരി 17 ന് ഹരിലാൽ പ്രത്യക്ഷപ്പെട്ടു. അപ്പോൾ കസ്തൂർബ തീർത്തും അവശയായിരുന്നു. ഹരിലാലിനെക്കണ്ട് കസ്തൂർബ അതിയായി സന്തോഷിച്ചു. ഹരിലാലിന് ദിവസം ഒരുപ്രാവശ്യം ജയിൽ സന്ദർശിക്കാനുള്ള അനുമതിയാണ് ലഭിച്ചത്. ഇതറിഞ്ഞ കസ്തൂർബ കോപിച്ചു. സഹോദരങ്ങൾക്കിടയിൽ വേർതിരിവു കാണിക്കുന്നതിൽ അവർ പരിഭവപ്പെട്ടു. “സാധുവും നിസ്വനും ആയതുകൊണ്ട് ഒരാൾക്ക് അവന്റെ

അമ്മയെ കാണാൻ പാടില്ലെന്നുണ്ടോ?" അവർ ചോദിച്ചു.

രണ്ടുദിവസം കഴിഞ്ഞ് ഒരു വൈകുന്നേരം ഹരിലാൽ വീണ്ടും വന്നു. മദ്യപിച്ച് കാലുറയ്ക്കാത്ത അവസ്ഥയിലായിരുന്നു അദ്ദേഹം. ഹരിലാലിന്റെ അവസ്ഥ കണ്ട് കസ്തൂർബ തലയ്ക്കടിച്ചു കരഞ്ഞു. അവർ വിലപിച്ചു.

"നിന്റെ അമ്മ മരിക്കാൻ കിടക്കുന്നു. അപ്പോൾ നീ കുടിച്ചു സമയം പാഴാക്കുന്നു."

ഹരിലാലിനെ ഉടനെ അവിടെനിന്നു മാറ്റി.

സന്ധ്യയായപ്പോൾ ദേവദാസ് വന്നു അദ്ദേഹത്തെക്കണ്ട് ബാ കരഞ്ഞു. അവർ പറഞ്ഞു:

"നിന്റെ അച്ഛൻ ഒരു സന്ന്യാസിയാണ്. അദ്ദേഹത്തിന് ഒരു പാട് ഉത്തരവാദിത്വങ്ങളുണ്ട്. ഹരിലാലിന്റേത് ഒരു പാഴ്ജീവിതമാണ്. അതുകൊണ്ട് നീ വേണം കുടുംബം നോക്കാൻ."

അന്നു രാത്രിയിൽ ബായുടെ ആരോഗ്യനില വീണ്ടും വഷളായി. ഗാന്ധി വന്ന് അവരുടെ കട്ടിലിലിരുന്നു. ബായെ അദ്ദേഹം തന്റെ ചുമലിൽ ചേർത്തുകിടത്തി. ഡോക്ടർമാർ അവർക്ക് ഓക്സിജൻ നല്കി. ഉറങ്ങാനുള്ള മരുന്ന് കൊടുത്തു കിടത്തി.

അടുത്തദിവസം, ഫെബ്രുവരി 22 ന് രാവിലെ എല്ലാവരുടെയും മുഖത്ത് ആകാംക്ഷ നിറഞ്ഞുനിന്നു. കസ്തൂർബയുടെ ആരോഗ്യനില കൂടുതൽ വഷളായതായി സർക്കാരിന്റെ അറിയിപ്പുണ്ടായി. കസ്തൂർബയ്ക്ക് തുടർന്ന് മരുന്നൊന്നും നല്കേണ്ടതില്ലെന്ന് ഗാന്ധി അഭിപ്രായപ്പെട്ടു. ഡോക്ടർമാരും അതു ശരിവച്ചു. ഇടയ്ക്കിടെ ബോധം നഷ്ടപ്പെട്ടുകൊണ്ടിരുന്നു. വൈകുന്നേരമായപ്പോൾ ബോധം തിരിച്ചുകിട്ടിയ കസ്തൂർബയ്ക്ക് ദേവദാസ് ഗംഗാജലം നല്കി. അവർ കണ്ണു തുറന്ന് സംസാരിച്ചു.

ഏഴുമണിയോടെ ഗാന്ധിയെ കാണണമെന്ന് കസ്തൂർബ ആവശ്യപ്പെട്ടു. ഗാന്ധി വന്ന് അവരുടെ കട്ടിലിലിരുന്നു. ഗാന്ധി അവരെ തന്റെ ചുമലിൽ കിടത്തി. കസ്തൂർബ എന്തോ പറയാൻ ശ്രമിച്ചു.

കുറച്ചു കഴിഞ്ഞപ്പോൾ ബായ്ക്ക് ശ്വാസതടസ്സമുണ്ടായി.

ഗാന്ധി അവരെ മടിയിൽ കിടത്തി. അല്പനിമിഷങ്ങൾക്കകം കസ്തൂർബയുടെ ശ്വാസം നിന്നു. തന്റെ ഭർത്താവിന്റെ മടിയിൽ കിടന്ന് അവർ മരിച്ചു. അപ്പോൾ സമയം ഏഴുമണി കഴിഞ്ഞ് മുപ്പത്തിയഞ്ചു മിനിട്ടായിരുന്നു.

ചുവന്ന ബോർഡറുള്ള സാരി ധരിച്ച്

കസ്തൂർബയ്ക്ക് പ്രിയപ്പെട്ട ഒരു സാരിയുണ്ടായിരുന്നു. ഗാന്ധി നൂറ്റെടുത്ത നൂലുകൊണ്ടായിരുന്നു ചുവന്ന ബോർഡറുള്ള ആ സാരി നെയ്തെടുത്തത്. സേവാഗ്രാമിൽനിന്നു പുറപ്പെടുമ്പോൾ ആ സാരി കസ്തൂർബ മനുവിനെ ഏല്പിച്ചിരുന്നു. അന്ന് കസ്തൂർബ മനുവിനോടു പറഞ്ഞു:

"ആശ്രമം അടച്ചുപൂട്ടുമെന്ന് ആളുകൾ പറയുന്നു. ഈ സാരി നഷ്ടപ്പെടാതെ നോക്കണം. എന്റെ മരണശേഷം എന്നെ ഈ സാരി ഉടുപ്പിക്കണം. ഇതുടുത്താവണം എന്നെ ദഹിപ്പിക്കേണ്ടത്."

ഈ സാരി കസ്തൂർബ ജയിലിലേക്കു വരുത്തിയിരുന്നു. 1943 ഒക്ടോബർ രണ്ടിന് ഗാന്ധിയുടെ ജന്മദിനത്തിന് കസ്തൂർബ ഈ സാരിയാണ് ഉടുത്തിരുന്നത്.

കസ്തൂർബയുടെ മൃതദേഹം കുളിപ്പിച്ചശേഷം അവർക്ക് പ്രിയപ്പെട്ട ആ ചുവന്ന ബോർഡർ സാരികൊണ്ടു ദേഹം പൊതിഞ്ഞു. ഗംഗാജലത്തിൽ കഴുകിയ മറ്റൊരു ഖാദി സാരി അതിനുമുകളിൽ പുതപ്പിച്ചു. ഏതാനും ഖാദി നൂല് വളയായി കൈകളിലിട്ടു. തുളസികൊണ്ടുള്ള മാല കഴുത്തിലണിഞ്ഞു. അതിനുശേഷം നെറ്റിയിൽ ചന്ദനം പൂശി. ബാ ഉപയോഗിച്ചി

രുന്ന മുറി കഴുകി വൃത്തിയാക്കി മൃതദേഹം അങ്ങോട്ടു മാറ്റി. കസ്തൂർബയുടെ മുഖത്ത് ഒരു ചെറുചിരി മായാതെ കിടന്നു.

ജയിലിൽവെച്ചുള്ള കസ്തൂർബയുടെ മരണം സർക്കാരിനെ ഭയപ്പെടുത്തിയിരുന്നു. ജനരോഷം തടയാനുള്ള ശ്രമങ്ങൾ സർക്കാർ നടത്തി. അനേകമാളുകൾ ജയിലിനു പുറത്തു തടിച്ചുകൂടി. ബായുടെ സംസ്കാരം എങ്ങനെ നടത്തണമെന്ന് ആലോചന അധികാരികൾക്കു തലവേദനയായി. ഒടുവിൽ ജയിലിനകത്ത് അടുത്ത സഹപ്രവർത്തകരുടെ സാന്നിദ്ധ്യത്തിൽ ചടങ്ങു നടത്താൻ തീരുമാനിക്കപ്പെട്ടു. ഒരു മണിക്കൂറോളം നേരം ഗീതാപാരായണവും പ്രാർത്ഥനകളും നടന്നു. അപ്പോൾ ജയിൽ വളപ്പിൽ ചിതയൊരുങ്ങി. മഹാദേവ് ദേശായിയെ ദഹിപ്പിച്ചതിന് അടുത്തായിരുന്നു കസ്തൂർബയുടെ ചിതയൊരുക്കിയത്.

പത്തുമണിയോടെ ബായുടെ മൃതദേഹം ചിതയിലേക്കെടുത്തു. മൃതദേഹത്തിനുമേൽ ചന്ദനവിറകുകൾവെച്ച് നെയ്യൊഴിച്ചു. ഗീതയും ബൈബിളും ഖുറാനും വായിച്ചു. പ്രാർത്ഥനാഗീതങ്ങൾ ചൊല്ലി. ഇളയമകൻ ദേവദാസ് ചിതയ്ക്കു തീ കൊളുത്തി. ഗാന്ധിയുടെ സഹപ്രവർത്തകരും ബോംബെയിൽനിന്നും മറ്റുംവന്ന ചില വിശിഷ്ട വ്യക്തികളും സർക്കാർ ഉദ്യോഗസ്ഥരും ജയിൽ ജീവനക്കാരും ഉൾപ്പെടെ നൂറോളം പേർ അവിടെ സന്നിഹിതരായിരുന്നു.

കത്തുന്ന ചിത നോക്കിനില്ക്കെ ഗാന്ധിയുടെ ഹൃദയം പിടഞ്ഞു. നിറഞ്ഞ കണ്ണുകൾ തോർത്തുകൊണ്ടു തുടച്ചു. അറുപതിലേറെ വർഷങ്ങൾ തന്നോടൊപ്പം ചേർന്നുനിന്ന ആ ദേഹം കത്തിയെരിയുന്നത് അദ്ദേഹം നിർന്നിമേഷനായി നോക്കിനിന്നു. അവിടെനിന്ന് മാറി നില്ക്കാൻ അദ്ദേഹത്തിനായില്ല.

സന്ധ്യയോടെ ചിത അണഞ്ഞു. കസ്തൂർബ ഓർമ്മയായി.

ഗാന്ധി കുടുംബവൃക്ഷം

ഗോഗൽദാസ് കപാടിയ
- വ്രജകുൻവേർബ
കരംചന്ദ്ഗാന്ധി -
പുത്തലിബായി
കസ്തൂർബ
മോഹൻദാസ്ഗാന്ധി
ഹരിലാൽ ഗാന്ധി
(1888-1948)
മണിലാൽ ഗാന്ധി
(1892-1956)
രാംദാസ് ഗാന്ധി
(1898-1969)
ദേവദാസ് ഗാന്ധി
(1900-1957)

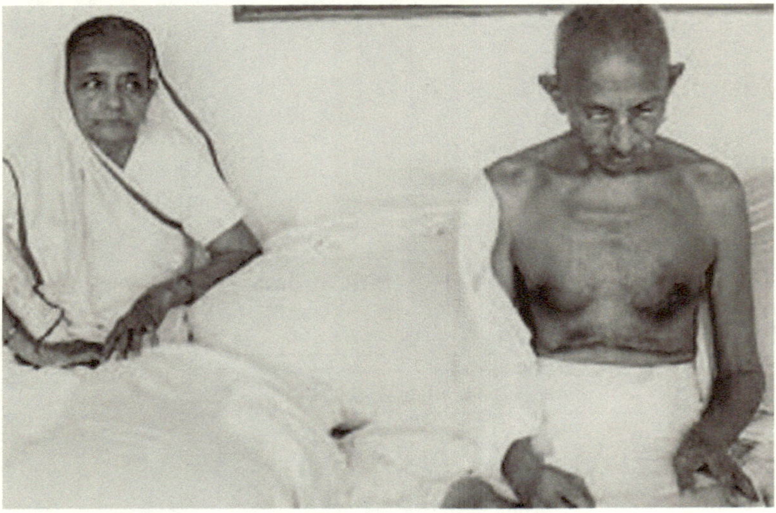

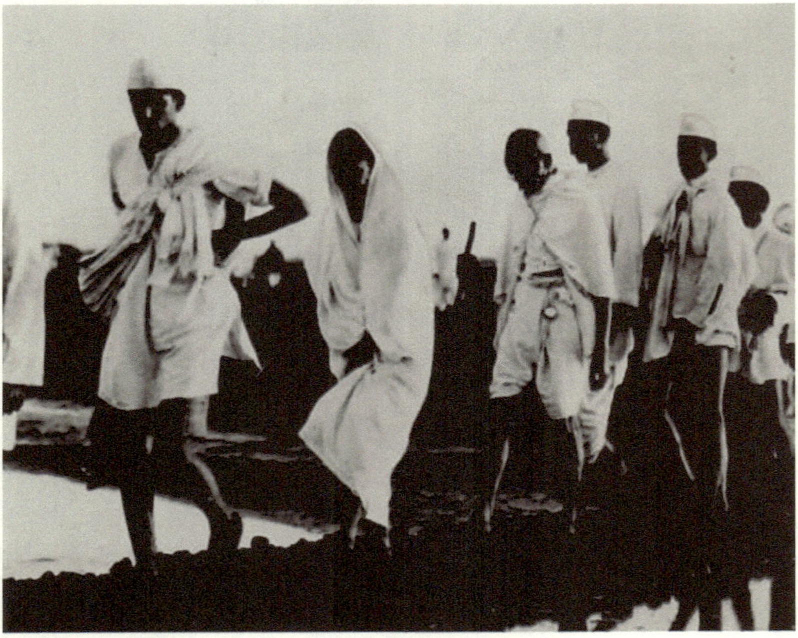

സഹായഗ്രന്ഥങ്ങൾ

എം കെ ഗാന്ധി - ആത്മകഥ അഥവാ എന്റെ സത്യാന്വേഷണ പരീക്ഷണകഥ

M K Gandhi - Satyagraha in South Africa

Arun Gandhi - Kasturba: A life

Rajmohan Gandhi - Mohandas: A true story of a man, his people, and an empire

Sushila Nayar - Kasturba

Sushila Nayar - Mahathma Gandhi's Last imprisonment - the inside story

S R Bakshi - Kasturba - The saga of Satyagraha

Mukul Bhai Kalarthi - Ba and Bapu

ഹരിഭാവു ഉപാദ്ധ്യായ - ബാപ്പുവിന്റെ കഥ

Louis fisher - The life of Mahathma Gandhi

B R Nanda - Mahathma Gandhi - A biography

Chandulal Bhagubhai Dalal - Harilal Gandhi: A life

Girija Kumar - Bhrahmacharya - Gandhi and his women associates

www.ingramcontent.com/pod-product-compliance
Lightning Source LLC
LaVergne TN
LVHW100312051026
849517LV00006B/2264
* 9 7 8 9 3 9 3 4 6 8 8 3 3 *